கேள்விக்குறி

எஸ்.ராமகிருஷ்ணன்

தேசாந்திரி பதிப்பகம்

தேசாந்திரி பதிப்பக வெளியீடு: 56

கேள்விக்குறி கட்டுரைகள்
எஸ்.ராமகிருஷ்ணன்

இரண்டாம் பதிப்பு: ஆகஸ்டு 2023

தேசாந்திரி பதிப்பகம்,
டி-1, கங்கை அப்பார்ட்மெண்ட்,
110, 80 அடி ரோடு, சத்யா கார்டன்,
சாலிகிராமம், சென்னை 600 093,
தொலைபேசி: 044 23644947.
விலை: ரூ.100

Kaelvikkuri - Essays
S.Ramakrishnan ©

Second Edition: August 2023, Pages: 104
Size: Demy 1x8, Paper: 18.6 kg maplitho

Published by :
Desanthiri Pathippagam
D-1, Gangai Apartments,
110, 80-Feet Road, Satya Garden, Saligramam,
Chennai - 600 093, Ph: 044 2364 4947
Email : desanthiripathippagam@gmail.com
www.desanthiri.com

ISBN: 978-93-87484-53-5
Book & Wrapper Design: Manikandan
Printed by: Ramani Print Solution, Chennai.

Price: Rs. 100

எஸ். ராமகிருஷ்ணன்

எஸ். ராமகிருஷ்ணன், விருதுநகர் மாவட்டம் மல்லாங்கிணறு கிராமத்தில் 1966இல் பிறந்தார். முழுநேர எழுத்தாளரான இவர் தற்போது சென்னையில் வசிக்கிறார்.

சிறுகதைத் தொகுப்புகள்: எஸ். ராமகிருஷ்ணன் கதைகள், நடந்து செல்லும் நீருற்று, பதினெட்டாம் நூற்றாண்டின் மழை, அப்போதும் கடல் பார்த்துக்கொண்டிருந்தது, நகுலன் வீட்டில் யாருமில்லை, புத்தனாவது சுலபம், வெளியில் ஒருவன், காட்டின் உருவம், தாவரங்களின் உரையாடல், வெயிலைக் கொண்டு வாருங்கள், பால்ய நதி, மழைமான், குதிரைகள் பேச மறுக்கின்றன. காந்தியோடு பேசுவேன், நீரிலும் நடக்கலாம், என்ன சொல்கிறாய் சுடரே.

நாவல்: உபபாண்டவம், நெடுங்குருதி, உறுபசி, யாமம், துயில், நிமித்தம், சஞ்சாரம், இடக்கை, பதின்.

கட்டுரைத் தொகுப்புகள்: விழித்திருப்பவனின் இரவு, இலைகளை வியக்கும் மரம், என்றார் போர்ஹே, கதாவிலாசம், தேசாந்திரி, கேள்விக்குறி, துணையெழுத்து, ஆதலினால், வாக்கியங்களின் சாலை, சித்திரங்களின் விசித்திரங்கள், நம் காலத்து நாவல்கள், காற்றில் யாரோ நடக்கிறார்கள், கோடுகள் இல்லாத வரைபடம், மலைகள் சப்தமிடுவதில்லை, வாசகபர்வம், சிறிது வெளிச்சம், காண் என்றது இயற்கை, செகாவின் மீது பனி பெய்கிறது, குறத்திமுடுக்கின் கனவுகள், என்றும் சுஜாதா, கலிலியோ மண்டியிடவில்லை, சாப்ளினுடன் பேசுங்கள், கூழாங்கற்கள் பாடுகின்றன, எனதருமை டால்ஸ்டாய், ரயிலேறிய கிராமம், பிகாசோவின் கோடுகள், இலக்கற்ற பயணி, செகாவ் வாழ்கிறார், ஆயிரம் வண்ணங்கள்.

திரைப்பட நூல்கள்: பதேர் பாஞ்சாலி—நிதர்சனத்தின் பதிவுகள், அயல் சினிமா, உலக சினிமா, பேசத்தெரிந்த நிழல்கள், இருள் இனிது ஒளி இனிது, பறவைக் கோணம், சாமுராய்கள் காத்திருக்கிறார்கள்.

குழந்தைகள் நூல்கள்: *கால் முளைத்த கதைகள், ஏழு தலைநகரம், கிறுகிறு வானம், லாலிபாலே, நீளநாக்கு, தலையில்லாத பையன், எனக்கு ஏன் கனவு வருது, காசுகள்ளன், பம்பழாபம், சிரிக்கும் வகுப்பறை, அக்கடா.*

உலக இலக்கியப் பேருரைகள்: *ஆயிரத்தொரு அரேபிய இரவுகள், ஹோமரின் இலியட், ஷேக்ஸ்பியரின் மெக்பத், ஹெமிங்வேயின் கடலும் கிழவனும், தஸ்தாயெவ்ஸ்கியின் குற்றமும் தண்டனையும், லியோ டால்ஸ்டாயின் அன்னா கரீனினா, பாஷோவின் ஜென் கவிதைகள்.*

வரலாறு: *எனது இந்தியா. மறைக்கப்பட்ட இந்தியா.*

நாடகத் தொகுப்பு: *அரவான், சிந்துபாத்தின் மனைவி, சூரியனைச் சுற்றும் பூமி.*

நேர்காணல் தொகுப்பு: *எப்போதுமிருக்கும் கதை, பேசிக்கடந்த தூரம்.*

மொழிபெயர்ப்புகள்: *நம்பிக்கையின் பரிமாணங்கள், ஆலீஸின் அற்புத உலகம், பயணப்படாத பாதைகள்.*

தொகை நூல்: *அதே இரவு அதே வரிகள் (அட்சரம் இதழ்களின் தொகுப்பு), வானெங்கும் பறவைகள்.*

ஆங்கிலத்தில் வெளிவந்துள்ள நூல்கள்: Nothing but water, Whirling swirling sky.

இணையதளம்: www.sramakrishnan.com

மின்னஞ்சல்: writerramki@gmail.com

முன்னுரை

நாம் கேள்விகளால் சூழப்பட்டவர்கள். வயது வளர வளர கேள்விகளின் எண்ணிக்கையும் அதிகமாகிக்கொண்டே வருகின்றன. கேள்விகளால் நாம் துரத்தப்படுகிறோம் என்பதே நிஜம். கேள்விகளை எதிர்கொள்ளும்போது மனிதர்கள் அதற்கான விடை தெரியாமல், கிடைக்காமல் தவிக்கிறார்கள். விடை கிடைத்தாலும் திருப்தி அடைவதில்லை. ஒரு கேள்வியில் இருந்து நூறு கேள்விகள் தோன்றுகின்றன. ஆகவே கேள்விக்குறி என்பது நம் காலத்தின் குறியீடாக மாறிவிட்டது.

ஆனந்த விகடன் இதழில் தொடராக வெளிவந்த இக்கட்டுரைகள் கேள்விகளை முன்வைத்து நமது அகப் பிரச்சனைகளை ஆராய்கிறது.

கேள்விக்குறியைத் தொடராக வெளியிட்டு கௌரவித்த ஆனந்த விகடன் ஆசிரியர் பாலசுப்ரமணியம், ஸ்ரீனிவாசன், அசோகன், கண்ணன் இந்த நூலை சிறப்பாக உருவாக்கிய மணிகண்டனுக்கும் ஆகியோருக்கு என் தீராத நன்றிகள்.

என்னை வழிநடத்தும் ஆசான்கள் எஸ்.ஏ.பெருமாள், கவிஞர் தேவதச்சனுக்கும், என்னையும் எழுத்தையும் நேசிக்கும் அன்பு மனைவி சந்திரபிரபா, பிள்ளைகள் ஹரி மற்றும் ஆகாஷ் இருவருக்கும் இதை வெளியிடும் தேசாந்திரி பதிப்பகத்திற்கும் அன்பும் நன்றியும்.

மிக்க அன்புடன்
எஸ்.ராமகிருஷ்ணன்
டிசம்பர் 7, 2018.

பொருளடக்கம்

1. தெரிந்த குற்றம் — 9
2. ஒரு பிடி உதவி — 15
3. உள்ளும் புறமும் — 21
4. கற்க மறந்த பாடம் — 27
5. காக்கைக் கூடு — 32
6. சொல் புகாத இடம் — 38
7. அறிந்த ஊர் — 44
8. கற்பனையின் பூக்கள் — 50
9. மீதமிருக்கும் வலி — 56
10. பசித்த வேளை — 62
11. பெரிதினும் பெரிது கேள் — 68
12. கண்ணாடி சொல்லாதது — 74
13. உடலுக்கு அப்பால் — 80
14. உதிர்ந்த சிரிப்பு — 86
15. அறிந்த தவறு — 91
16. வானை அளப்போம் — 96

1

தெரிந்த குற்றம்

"ஏமாத்தறது தப்புன்னு ஏன் யாருக்குமே தோணமாட்டேங்குது?"

தினசரி ஒரு முறை இந்தக் கேள்வியை நான் சந்திக்கிறேன். சந்திக்கும் இடம் மட்டும் கடை, வீதி, உணவகம், வங்கி, அலுவலகம், வீடு என்று மாறிக்கொண்டே இருக்கிறது. ஆனால், கேள்வி மட்டும் அப்படியே!

சில நாட்களில் இக்கேள்வி, உடலில் ஒரு கிருமி புகுந்துவிடுவதைப் போல மிக ஆழமாக வேதனை கொள்ளச் செய்கிறது. ஏமாற்றப்படுவது இன்று வாடிக்கையான நிகழ்வு - ஒரு ரூபாய் ஏமாற்றுவதில் துவங்கி, ஒரு கோடி ஏமாற்றுவதற்கு உயர்வது சாமர்த்தியம் என்று அங்கீகரிக்கப்பட்டு விட்டது என்றால் நேற்று வரை ஏமாற்றுவது குற்றம் என்று நம்பியது தவறா?

ஏமாற்றத்தின் சரித்திரம் மிக நீண்டது. சக்ரவர்த்தியில் துவங்கி சாமான்யன் வரை யாவருக்கும் அதில் பங்கு இருக்கிறது. ஏமாற்றுபவர்களுக்கு ஒரே முதலீடு, சொற்கள் மட்டுமே.

நமது ஏமாற்றத்துக்கும் பிரதான காரணம், சொல்லை அப்படியே நம்பி மயங்கிவிடுவதுதான். அரசியல் மற்றும் சமூகக் காரணங்களால் உருவாக்கப்படும் ஏமாற்றங்கள் குறித்து நாம் அதிகம் யோசிப்பதில்லை. காரணம், அது செயல்பாட்டை வேண்டுகிறது. நாம் எப்போதும் செயல்பாடுகளை நோக்கிச் செல்வதே இல்லை. நமது பெரும்பகுதிக் கவலைகள் குவிவது தினசரி காரியங்களில் ஏமாற்றப்படுவது குறித்துதான்.

காய்கறிக் கடைக்காரர் ஒரு ரூபாய் ஏமாற்றுவதைக் காணச் சகிக்காமல் கூச்சலிடும் நமக்கு, தினசரி பேப்பரில் ஆயிரம் கோடி ஏமாற்றிய சம்பவத்தை வாசிக்கும் போது ஏன் கோபமே வருவதில்லை?

குடிநீர், உணவு, உடை, கல்வி என்று வாழ்வின் அடிப்படை அம்சங்களில் கூட தாங்கமுடியாத அளவு ஏமாற்றம் நடை பெறுவதை எதற்காக அனுமதிக்கிறோம்? குற்றங்களைக் கண்டுகொள்ளாமல் விடுவதும் குற்றம்தானே?

ஏமாற்றுபவன், ஏமாறுபவன் என்று இரண்டு பேர் இருப்பதாகத்தான் சிறுவயதில் இருந்து நினைத்துக்கொண்டு இருந்தேன். இன்று அது பொய் என்று தோன்றுகிறது. உண்மையில் ஏமாற்றுபவனும் ஏமாற்றப்படுபவனும் ஒருவனே. சந்தர்ப்பமும் சாத்தியமும் மட்டுமே இதில் யார் ஏமாறுகிறார் அல்லது ஏமாற்றப்படுகிறார் என்பதைத் தீர்மானிக்கிறது.

ஒவ்வொரு ஏமாற்றமும் நமக்கு ஒரு பாடத்தைக் கற்றுத் தருகிறது. உண்டியலில் காசு போடுவதைப் போல அதை நம் மனது ஒவ்வொன்றாகப் போட்டுப் போட்டு நிரப்பிக் கொண்டுவிடுகிறது. உண்டியல் நிரம்பி வழியத் துவங்கியதும் இனி ஏன் பொறுத்துக்கொள்ள வேண்டும் என்று நாமும் ஏமாற்றத் துவங்கிவிடுகிறோம். ஆகவே, ஏமாற்றுதல் நாம் யாவரும் அறிந்த கலை. வெளியில் ஏதோ ஒரு கிரகத்தில் இருந்து தரை இறங்கி வந்து நம்மை யாரும் ஏமாற்றிச் செல்வதில்லை.

ஒவ்வொரு முறை ஏமாற்றப்படும்போதும் நமக்குத் தோன்றுவது, 'என்னை ஏமாத்திட்டானே' என்பதுதான். 'என்னை' என்ற வார்த்தையின் வழியாகத்தான் நமது வயது மற்றும் அனுபவங்கள் மேலே எழுந்து வருகின்றன. அதுவரை நாம் அதைப்பற்றி எல்லாம் யோசித்துப் பார்ப்பதில்லை.

ஏமாற்றப்பட்டவுடன் நமக்கு நமது அறிவு மற்றும் திறன் மீது சந்தேகம் வருகிறது. இதைத் தொடர்ந்து நம்மை ஏமாற்றியவனையும் நாம் ஏமாற்றப்பட்ட விதம் பற்றியும் துல்லியமாக ஒரு குறிப்பை மனதில் எழுதிக்கொள்கிறோம். அதற்கு அப்புறம் எங்கே சென்றாலும் அந்தக் குறிப்பேட்டைப் புரட்டிப் பார்த்து, இதற்கு முன்னால் நாம் இப்படி ஏமாந்திருக்கிறோமா அல்லது இந்த நபரிடம் ஏமாந்திருக்கிறோமா என்று சரி பார்த்துக் கொள்கிறோம்.

பொதுவாகக் கோயில்களுக்கோ அல்லது சுற்றுலாவுக்கோ செல்லும் போது, மனது இந்த ஏமாற்றத்தின் ரகசிய புத்தகத்தை அதிக முறை புரட்டுகிறது. ஏதோ ஒரு புகழ்பெற்ற கோயில் வாசலில் போய் நின்றவுடனே, யாரோ ஒருவர் சொல்கிறார்... 'இந்தக் கோயில்ல ரெண்டு வருசத்துக்கு முன்னாடி வந்தப்போ ஒரு ஆள் என்னை நல்லா ஏமாத்திட்டான்' என்று நடந்த சம்பவம் ஒன்றை விவரிக்கத் துவங்குகிறார்.

மறுநிமிடம் இந்தச் சம்பவம் அவரவர் மனதில் இருந்த வேறுவேறு சம்பவங்களாக எதிரொலிக்க ஆரம்பிக்கின்றன. அங்கிருந்த பலரும் ஏமாற்றங்களைப் பகிர்ந்து கொள்கிறார்கள். ஆனால், யாரும் இதற்கான மாற்று வழிகள் எதையும் முயற்சி செய்து பார்த்ததே இல்லை.

அப்படி என்றால், நமது புனிதத் தலங்கள், புகழ்பெற்ற நகரங்கள் யாவும் ஏமாற்றத்தின் தலைமைப் பீடங்கள் தானா? நூறு வருடங்களுக்கு முன்பு சென்னைப் பட்டணத்துக்கு வருபவர்கள் ஏமாந்துவிடக் கூடாது என்பதற்காக நாலணா விலையில் 'மதிமோச விளக்கம்' என்று ஒரு புத்தகம் விற்பனை செய்திருக்கிறார்கள். அதில் குஜ்லி பஜார் எனப்படும் சென்ட்ரல் ரயில் நிலையம் அருகிலிருந்த மாலைச் சந்தையில் எது போன்ற மோசடிகள் நடக்கும் என்று துல்லியமாக விவரிக்கப்பட்டுள்ளது. அன்று நாலணா, அரையணா விவகாரத்தில் நடந்த ஏமாற்றத்தைக் கண்டு மக்கள் கூச்சலிட்டு இருக்கிறார்கள்.

சேலம் பகடாலு நாயுடு என்பவர் தமிழகத்தின் முக்கிய நகரங்கள் பற்றிய ஒரு தொகுப்பு நூலை மேற்கொண்டு இருக்கிறார். அதில் அன்றைய மதராஸ் ஜட்கா வண்டிக்காரர்கள்

எப்படி ரயில்வே கேட்டில் இருந்து மயிலாப்பூர் கூட்டி வருவதாகச் சொல்லி சத்தம் பேசி வழியிலே இறக்கிவிட்டுப் போய்விடுகிறார்கள் என்று ஏமாற்றம் பற்றி தனியே கட்டம் கட்டி விவரித்திருக்கிறார்.

இன்று ஏமாற்றுவதில் பட்டணம், பட்டிக்காடு என்று பேதம் இல்லை. தவிர, இதுபோன்ற விழிப்பு உணர்வுப் புத்தகம் ஒன்றை எவராவது வெளியிடுவதாக இருந்தால், எத்தனை ஆயிரம் பக்கம் எழுதினாலும் அதை முடிக்க முடியாது.

ஏமாற்றுவது ஒரு குற்றம் என்ற மனப்பாங்கு சுத்தமாக நம்மைவிட்டுப் போய்விட்டது. நம்பிக்கை, வாக்குச் சுத்தம் என்றெல்லாம் கடந்த காலங்களில் நம்பப்பட்டு வந்தவை இன்று காலாவதியாகிவிட்டன. என்றால், அடிப்படை அறங்கள் தேவையற்றவைதானா? எதை நம்பி ஒரு மனிதன் தன் வாழ்வைக் கொண்டுசெல்வது?

எனது ஐந்தாறு வயதில் பலசரக்குக் கடைக்குச் சென்று கத்திரிக்காயோ மிளகாயோ வாங்கி வரச் சொல்லும்போது, கையில் ஐம்பது பைசா தந்தவுடனே, 'கடைக்காரன் ஏமாத்திரப் போறான்' என்று எச்சரிக்கை செய்வார்கள். எவ்வளவு கவனமாகச் சாமான் வாங்கி வந்தாலும், வீட்டில் 'சின்னப் பையன்னு கடைக்காரன் ஏமாத்திட்டான்' என்று வசவு விழும்.

இது நான் கடைக்குப் போனால் மட்டுமல்ல, அம்மா கடைக்குச் சென்றாலும் இதைச் சொல்லி அப்பா திட்டுவார். அப்பா ஏதாவது வாங்கி வந்தால், தாத்தா கோபித்துக்கொள்வார். இப்படி ஏமாற்றுவதில் குடும்பத்தில் எவரும் விதிவிலக்கல்ல. காலம் மாறியிருக்கிறதே அன்றி காட்சி மாறவே இல்லை. நான் இருந்த இடத்தில் இன்று என் மகன் இருக்கிறான். அவ்வளவுதான் வித்தியாசம்.

பள்ளி நாட்களில் ஒரு கதை படித்திருக்கிறேன். ஒரு ஊரில் ஒரு அப்பாவும் பிள்ளையும் இருந்தார்கள். அப்பா மிகவும் நல்லவர். மகனோ ஊரில் உள்ள யாவரையும் ஏமாற்றி வாழ்ந்து வந்தான். அப்பா, மகனைத் திருத்துவதற்காக எவ்வளவோ வழிமுறைகள் மேற்கொண்டார். மகன் திருந்தவே இல்லை.

முடிவாக அவர் தன் மகனிடம், "நீ ஒவ்வொரு ஆளை ஏமாற்றும்போதும் நம் வீட்டுக் கதவில் ஒரு ஆணி அடிக்கப் போகிறேன். அதைப் பார்த்தாவது நீ திருந்தவேண்டும்" என்று சொல்லி, அதன் பிறகு அவன் செய்யும் ஒவ்வொரு ஏமாற்றுத்தனத்துக்கும் ஒரு ஆணி அடிக்கத் துவங்கினார்.

மகன் எதைப் பற்றியும் கவலைப்படாமல் ஊரை ஏமாற்றி வந்தான். வருடங்கள் கடந்தன. ஒருநாள் இரவு அவன் வீடு திரும்பி வந்தபோது தன் வீட்டுக் கதவில் ஆயிரக்கணக்கில் ஆணிகள் அடிக்கப்பட்டு இருப்பதைக் கண்டான். அந்தக் காட்சி அவன் மனதை உறுத்தத் துவங்கியது. ஆணிகளைத் தன் விரலால் தொட்டுப் பார்த்தான். இடைவெளியின்றி ஆணிகள் அடிக்கப்பட்டு இருந்தன.

தனது தவறை உணர்ந்தவனாக அப்பாவிடம் சென்று, "என்னை மன்னித்து விடுங்கள் அப்பா. இனி நான் எவரையும் ஏமாற்ற மாட்டேன்" என்று மன்னிப்புக் கேட்டான். சிரித்தார் அப்பா. "நீ ஏமாற்றாமல் இருந்தால் மட்டும் போதாது. மற்றவர்களுக்கு நல்லது செய்யவேண்டும். அப்படி நீ செய்யும் ஒவ்வொரு நல்லதுக்கும் கதவிலிருந்து ஒரு ஆணியைப் பிடுங்கி எடுத்து விடுகிறேன்" என்றார்.

மறுநாளில் இருந்து மகன் தன்னால் முடிந்த அளவு உதவிகள் செய்யத் துவங்கினான். அப்பாவும் அவனது நன்மைக்கு ஏற்ப கதவில் இருந்த ஆணிகளைப் பிடுங்கிக்கொண்டே இருந்தார். ஆனால், ஏமாற்றுவதைப் போல உதவி செய்வதை அவ்வளவு வேகமாகச் செய்ய முடியவில்லை. ஆகவே, அவன் ஒவ்வொரு நாள் வீடு திரும்பும்போதும் கதவில் இருந்த ஆணிகளை உற்றுக் கவனிப்பான். வேதனைப்படுவான். எப்படியாவது அந்த ஆணிகள் ஒன்றுகூட இல்லாமல் செய்ய வேண்டும் என்று மனதுக்குள் உறுதி எடுத்துக்கொள்வான்.

பல வருடங்கள் கடந்தன. அப்பாவும் வயோதிகம் அடைந்து படுக்கையில் வீழ்ந்தார். முடிவாக ஒருநாள், மகன் செய்த நன்மையைக் கேள்விப்பட்டு கதவில் அடிக்கப்பட்டு இருந்த கடைசி ஆணியையும் பிடுங்கி எறிந்தார் அப்பா.

"இனி நான் நல்லவன்தானே அப்பா?" என்று மகிழ்ச்சியும் நெகிழ்ச்சியுமாக மகன் வந்து நிற்க, "கதவை நீயே ஒருமுறை நன்றாகப் பார்த்து வா" என்று அனுப்பினார்.

மகன் கதவை நெருங்கிச் சென்று பார்த்தான். கதவில் ஆணிகள் எதுவும் இல்லை. ஆனால், ஆணி அடிக்கப்பட்ட அத்தனை துளைகளும் அப்படியே இருந்தன. மகன் பதறிப்போய் அப்பாவிடம் வந்து நிற்க, "பார்த்தாயா, கதவு முன்பு நன்றாக இருந்தது. நீ செய்த தவறுகளின் காரணமாகத்தான் ஆணிகள் அடிக்கப்பட்டன. நீ திருந்திய பிறகு ஆணிகளையும் பிடுங்கியாகிவிட்டது. ஆனால், அதன் தழும்புகள் அப்படியேதான் இருக்கின்றன. இப்படித்தான் நீ செய்த தவறுகள் மன்னிக்கப்படலாம். ஆனால், அதனால் ஏற்பட்ட விளைவுகள் ஒருபோதும் அழிவதே இல்லை மகனே!" என்றார்.

அந்தக் கதவு தன் மனசாட்சியின் வடிவம் போலிருப்பதை அன்றுதான் மகன் உணர்ந்தான் என்று கதை முடிகிறது.

எளிய கதை. ஆனால், ஒரு கதையின் ஊடாகச் செயல்படும் மனது மிக நுட்பமானது. கதையில் மட்டும் கதவில் ஆணி அடிக்கப்படவில்லை. உண்மையில் நாம் ஒவ்வொருவரை ஏமாற்றும்போதும் காலம் நம் வீட்டுக் கதவிலும் இதுபோன்ற ஆணி ஒன்றை அடித்துக்கொண்டுதான் இருக்கிறது. அது நம் கண்ணுக்குப் புலப்படுவதே இல்லை. காலத்தின் கரங்களால் ஆணி அடிக்கப்படாத கதவுகள் உள்ள வீடுகளே உலகில் இல்லை. அப்படி என்றால், எல்லா வீடுகளுமே ஏமாற்றத்தின் அடையாளம் இடப்பட்டவைதானா?

நம் கதவில் ஆணி தொடர்ந்து அடிக்கபடாமல் இருக்கவும் அடிக்கப்பட்ட ஆணியைப் பிடுங்கி எறியவும் நாம் என்ன செய்யப் போகிறோம்?

அரசியல், சமூகம், கலை, கலாசாரம், நீதி, நிர்வாகம், தொழில் என்று சகல துறைகளிலும் இன்று நீக்கமற ஊடுருவிவிட்ட ஏமாற்றத்தின் கிருமிகளை ஒழிக்க என்ன செய்ய உத்தேசம்?

கேள்வி ஒரு கொடுவாளைப் போல் தலைக்கு மேலாகத் தொங்குகிறது. அதிலிருந்து நம் தலை தப்பப்போகிறதா இல்லையா என்பது, நாம் என்ன செய்யப்போகிறோம் என்பதில் இருக்கிறது!

2
ஒரு பிடி உதவி

"உதவின்னு கேட்டா யாரு செய்யறா?"

பொது இடங்களில் ஒவ்வொரு நாளும் இந்தக் கேள்வியை யாராவது ஒருவர் மற்றவரிடம் கேட்டுக் கொண்டுதான் இருக்கிறார்கள். அந்தக் கேள்வி நம்மை நோக்கியது அல்ல என்று உடனே திரும்பிக்கொண்டு விடுகிறோம். சில வேளைகளில் நேரடியாக நம்மிடமே இந்தக் கேள்வியை எவராவது கேட்கும்போது நாமும், 'ஆமாம், யார் உதவி செய்யப்போகிறார்கள்?' என்று திரும்பக் கேட்கிறோமேயன்றி, கேள்விகளின் பின் உள்ள வேதனையை நெருங்கிச் செல்வதே கிடையாது.

நான் சந்தித்த கேள்விகளில் என்னை துவளச் செய்யும் கேள்வி இது. இந்தக் கேள்வியைக் கேட்பவனின் கண்களை நேரடியாக எதிர்கொள்ள முடியாது. ஒன்று, அவன் கண்களின் ஓரத்தில் நிராதரவு என்ற ஈரம் கசிந்திருக்கும். இன்னொன்று, 'நீ எல்லாம் எதற்காக இருக்கிறாய்?' என்ற குற்றச்சாட்டு பதுங்கியிருக்கும்.

உதவி கேட்பது என்பது இன்று அனுமதிக்கப்படாத குற்றம். கூச்சமும் தயக்கமும் இல்லாமல் உதவி கேட்பது எவருக்கும் சாத்தியமானதுதானா என்று தெரியவில்லை. உதவிக்கும் யாசகத்துக்கும் மெல்லிய

வேறுபாடு இருக்கிறது. இன்று அந்த கோட்டை யாரும் கண்டுகொள்வது இல்லை.

உதவி கேட்பவன் நம்பிக்கையின் கயிற்றில் நடந்துகொண்டு இருக்கிறான். தான் நம்பும் மனிதன் உதவி செய்வானா இல்லையா என்று அவனுக்குத் தெரியாது. ஆனால், ஒருவேளை உதவக்கூடும் என்ற நம்பிக்கையில் நடந்து செல்கிறான். உதவி மறுக்கப்படும்போது எல்லா மனிதர்களும் மௌனமாகிவிடுகிறார்கள். சப்தம் இல்லாமல் அவர்கள் தொண்டையில் வலி உண்டாகிறது. கைகளைப் பிசைந்து கொள்கிறார்கள். திரும்பிச் செல்லும்போது, உதவி செய்ய மறுத்தவர்களின் மீது தங்களை அறியாமல் ஆத்திரத்தோடு வசை பொழிகிறார்கள். தங்களை இப்படி அலையவிட்டதற்காகக் கடவுளை ஏசுகிறார்கள்.

திடீரென்று உலகம் மிகச் சிறியதாகி விடுகிறது. வெறுப்பும் கசப்பும் பீறிடத் தொடங்குகிறது. காரணமற்ற கோபம் பொங்கி வழிகிறது. உதவி கேட்பவன் ஒரு நிமிஷம் ஒன்றை மறந்துவிடுகிறான். தான் இதற்கு முன்பு எப்போதாவது, எவருக்காவது உதவி செய்பவனாக இருந்திருக்கிறோமா என்று நினைத்துப் பார்ப்பதே இல்லை.

சில நாட்களுக்கு முன், என் நண்பன் ஒருவனை சாலையில் சந்தித்தேன். அவசரமாக மருத்துவமனைக்குச் சென்று கொண்டு இருந்தான். யாருக்கு உடல் நலமில்லை என்று கேட்டேன். "தெரியவில்லை. யாரோ உடல் நலமற்றுப் போயிருக்கிறார்கள். எனது ரத்தம் அவருக்குத் தேவைப்படுகிறது. கொடுப்பதற்காகச் சென்று கொண்டு இருக்கிறேன்" என்று சொல்லியபடி சாலையைக் கடந்து போனான். யாருக்கு தான் உதவி செய்கிறோம் என்பது கூட அறியாத உதவி இது.

ஒருவருக்கு ஒருவர் உதவி செய்வது மனிதக் கடமைகளில் அடிப்படையானது இல்லையா? அதற்குக்கூட நாம் போராட வேண்டிய நிலையில்தான் இருக்கிறோமா? உதவி செய்ய மறுப்பதற்குப் பலருக்கும் இருக்கும் காரணம், உதவி செய்வதால் தேவையற்ற சிக்கல் ஏற்படுகிறது என்பதுதான்.

தெரியாத மனிதர்களுக்குக்கூட உதவி செய்யக்கூடிய மனப் பக்குவம் ஒரு காலத்தில் இருந்தது. அது பின்பு தெரிந்தவர்களுக்கு, நண்பர்களுக்கு மட்டுமே உதவி செய்வது என்று சுருங்கிப்போனது. பின்பு அதுவும் மாறி குடும்பத்தில் உள்ள மனிதர்களுக்கு மட்டுமே உதவி செய்து கொள்வது என்ற நிலை ஏற்பட்டது. இன்று உதவி என்பது தவிர்க்கப்பட வேண்டிய குணங்களில் ஒன்று என்ற நிலையே உள்ளது.

அநேகமாக ஒவ்வொருவரும் யாராவது ஒரு நபருக்கு உதவி செய்து, அதன் காரணமாக ஏற்பட்ட மன வருத்தத்தைக் கொண்டிருக்கிறார்கள். உதவி செய்வதிலும் ஆள், இடம், சூழல், அவசியம் பார்த்துச் செய்யவேண்டியது உள்ளது என்பதும் ஒப்புக்கொள்ள வேண்டியதே!

உதவி செய்வதன் வழியாக தனது அதிகாரத்தைச் செலுத்துவதற்கான வழியை உண்டாக்கிக்கொள்வதைத்தான் வணிகச் சந்தைகள் மேற்கொள்கின்றன. கூவிக் கூவி வங்கிகள் உதவி செய்வதாக அழைப்பதற்குக் காரணம் தப்பித்துக்கொள்ள முடியாத அளவு நம்மைக் கடனாளியாக்குவது மட்டுமே!

அடிநிலை மனிதர்கள் எல்லா விஷயங்களிலும் எவரது உதவிக்காகவோ காத்துக்கிடக்கிறார்கள். சின்னஞ்சிறு விஷயங்களில் கூட அவர்களுக்கு உதவி செய்பவர்கள் எவருமில்லை. முதியோர் காப்பகம் ஒன்றுக்குச் சென்றிருந்தேன். வயதான பெண்மணி ஒருவர் அடிபட்ட காயத்தில் மண்ணை அள்ளிப் போட்டுக் காயத்தை உலரச் செய்துகொண்டு இருந்தார். அருகில் உள்ள பொது மருத்துவமனைக்குப் போய்வருவதுதானே என்று கேட்டேன். "போய் வருவதற்கு என்னிடம் பணமிருக்கிறது. அழைத்துப் போய்வர உதவிக்கு யார் இருக்கிறார்கள்?" என்று கேட்டார். ஒரு கைத்தடி உதவும் அளவுக்குக்கூட மனிதர்கள் உதவுவது இல்லைதானோ?

நோயாளிகளும், வசதியற்ற மாணவர்களும், கைவிடப்பட்ட வயதானவர்களும், வாழ்விடமற்றுப் போனவர்களும் மௌனமாக உதவி வேண்டி வார்த்தைகள் அற்றுப் போய்க் காத்திருக்கிறார்கள். ஆனால், அவர்களின் கண்களை உற்று நோக்கும்போது அவை நம்மிடம் மன்றாடுகின்றன.

வாழ் நாள் முழுவதும் பெண்கள் தங்களது சிறிய தேவை களுக்குக்கூட எவரது உதவிக்காகவே காத்திருக்க வேண்டிய அவலம் நம்மிடையே உள்ளது. யாரும் அழைக்காமல் மழை பெய்வது போலவே, எந்த நன்றியும் எதிர்பாராமல் மரங்கள் நிழல் கொடுப்பது போலவே, உதவியை எதிர் பார்ப்பது சாத்தியம் இல்லையோ?

கடவுளே வந்து உதவி செய்தால்கூட அதை மனிதன் நினைவில் வைத்திருப்பதில்லை என்ற குற்றச்சாட்டு எல்லா இடத்திலும் இருக்கிறது. உதவிக்காக உயர்த்தப்படும் கைகள் என் நன்றி தெரிவிப்பதற்கு மட்டும் மறந்து விடுகின்றன என்றுதான் தெரியவில்லை.

இவ்வளவு நெருக்கடிக்குள்ளாகவும் உதவி செய்ய முற்படுகிறவர் பலரும் ஏதோ ஒரு காலத்தில் உதவி மறுக்கப்பட்டவர்களாக இருந்திருக்கிறார்கள். தனக்கு ஏற்பட்ட அவமானம் மற்றவர்களுக்கு ஏற்பட வேண்டாம் என்ற நோக்கமே அவர்களை உதவி செய்வதை நோக்கித் திருப்பியிருக்கிறது.

இயற்கை சீற்றத்தின் முன்பாகவும், கலவர காலங்களிலும் மட்டுமே நமது உதவி செய்யும் மனது விழித்துக் கொள்கிறது. மற்ற நேரங்களில் உதவி செய்வதை ஒரு தொந்தரவாகவே கருதுகிறோம். அது போலவே உதவி கேட்பவனும் அதை ஓர் உபாயமாகக் கொள்வதையும் மறுக்க முடியாது.

உதவி செய்ய வந்த தேவதை பற்றிய ஜெர்மானியக் கதை ஒன்று உண்டு.

யாருமே இல்லாத பனிப்பிரதேசம் ஒன்றில் தனியாக ஒரு விறகு வெட்டி வாழ்ந்து கொண்டு இருந்தான். பனியின் ஊடாகவே அவன் அங்கிருந்த மரங்களை வெட்டி அருகில் உள்ள சந்தைக்குக் கொண்டு சென்று விற்று வருவான். துணைக்கு யாருமே கிடையாது. அவனுக்கு இருந்த ஒரே பிரச்னை பசி. எப்போதும் ஏதாவது சாப்பிட்டுக்கொண்டே இருக்கவேண்டும். ஆனால், அந்த அளவுக்கு அவனிடம் பணமில்லை. இருப்பதைக் கொண்டு வாழ்க்கையை ஓட்டி வந்தான்.

அவன் மீது கருணை கொண்ட ஒரு தேவதை, ஒருநாள் அவன் முன் தோன்றினாள். தான் உதவி செய்ய வந்திருப்பதாகவும்,

என்ன தேவை என்றாலும் கேட்கலாம் என்றாள். அவனுக்கு என்ன கேட்பது என்று புரியவில்லை. "உன் வாழ்க்கைக்குத் தேவையான எதை வேண்டுமானாலும் கேள், தருகிறேன்" என்றாள். உடனே அவன் தனக்கு ஒரு பெரிய பழரொட்டி வேண்டும் என்று கேட்டான்.

'ஐயோ, இவ்வளவு அப்பாவியாக இருக்கிறானே' என்று நினைத்து "வேறு ஏதாவது கேள்" என்றாள்.

உடனே அவன், "நீ தேவதை என்று நான் எப்படி நம்புவது? முதலில் ஒரு ரொட்டியை வரவழைத்துக் கொடு!" என்றான். உடனே அவள் கையை உயர்த்த, மறுநிமிஷம் விதவிதமான ருசிகளில் ரொட்டிகள் அங்கே தோன்றின.

விறகு வெட்டி வேண்டிய மட்டும் சாப்பிட்டான். அவனிடம் தேவதை, "நீ நல்லவனாக இருக்கிறாய். வேறு ஏதாவது ஒன்றைக் கேள்" என்று சொன்னாள். விறகு வெட்டி ரொம்ப யோசித்துவிட்டு, "இவ்வளவு ரொட்டியையும் என்னால் ஒரே நேரத்தில் சாப்பிட முடியாது. ஆகவே, இதை சூடாக பாதுகாக்க அடுப்பு வேண்டும்" என்று கேட்டான்.

அவள், "இவ்வளவுதானா உன் ஆசை? உன் வாழ்க்கையை உயர்த்திக் கொள்ள ஏதாவது கேட்கக் கூடாதா?" என்று கேட்டாள். அவனோ, "ஒரு ரொட்டிக்காக நான் எவ்வளவு பாடுபட்டிருக்கிறேன் என்று உனக்குத் தெரியாது. எனக்கு அந்த அடுப்பை மட்டும் கொடு" என்றான். அவளும் மறுநிமிஷம் மிக நவீன அடுப்பு ஒன்றை வரவழைத்துத் தந்தாள்.

அப்போதும் அந்தத் தேவதைக்கு, விறகு வெட்டிக்குத் தேவையான உதவியை தான் செய்யவிலை என்ற ஆதங்கமே இருந்தது. "வேறு ஏதேனும் கேள், தருகிறேன்" என்றாள். அவன் அவளிடம், "எனது துணிகளைத் துவைப்பதற்கு ஆள் யாருமே இல்லை. ஆகவே நீ ஏன் எனது வேலைக்காரியாக இருக்கக் கூடாது?" என்று கேட்டான்.

அவ்வளவுதான், மறு நிமிஷம் அந்த தேவதை விறகு வெட்டியின் வீட்டில் வேலைக்காரியாக மாறவேண்டிய சூழ்நிலை ஏற்பட்டது. அதிலிருந்து அவளும் எல்லா கஷ்டங்களையும்

அனுபவிக்க நேரிட்டது. அன்றிலிருந்துதான் தேவதைகள் மனிதர்களுக்கு உதவி செய்ய வருவதே இல்லை என்பதாகக் கதை முடிகிறது.

தேவதைகள் உண்மையில் இருக்கிறார்களோ இல்லையோ, உதவி செய்ய முன்வருபவர் யாராக இருந்தாலும், அவர்கள் தேவதைகளுக்குச் சமம். நமது புறக்கணிப்பும், நன்றி மறப்பும், அறியாமையும்தான் தேவதைகளை நம்மை விட்டு விலகி இருக்கச் செய்கின்றன.

◻

3
உள்ளும் புறமும்

"இவ்வளவு செய்யறேன்...
ஆனாலும், என்னை யாரு மதிக்கிறா?"

கேள்விகளுக்கு வேர் இருக்கிறதா என்று எவராவது கேட்டால், ஆமாம் என்று சொல்வேன். கேள்வியின் வேர் எவ்வளவு ஆழத்துக்குள் புதையுண்டு இருக்கிறது என எவராலும் அறிந்து சொல்ல முடியாது. ஆனால், எல்லாக் கேள்விகளும் கண்ணுக்குப் புலப்படாத ஒரு நிலத்தில் வேர் ஊன்றியே இருக்கின்றன.

இன்னும் சொல்வதாயின் கேள்வியின் ஆழத்தில் தீர்க்கப்பட முடியாத வலியும் வேதனையும் உள்ளது. அந்த விதையிலிருந்துதான் கேள்வி முளைத்து, தன் இலைகளை ஆட்டி, தன் பக்கம் அடுத்தவரின் கவனத்தை இழுக்கிறது.

சில நாட்களுக்கு முன்பு பேருந்து நிறுத்தம் ஒன்றில், 50 வயதைக் கடந்த ஒருவரைப் பார்த்தேன். கறுப்பு பேன்ட்டும், கோடு போட்ட சட்டையும் அணிந்திருந்தார். தலை சரியாகச் சீவப்படவில்லை. அலுவலகம் செல்வதற்காக சிறிய தோள்பை ஒன்றோடு காத்திருந்தார்.

பேருந்து வந்து சேரும் வரை, அங்குமிங்கும் நடந்தபடியே தனக்குத் தானே ஏதோ பேசிக்கொண்டே இருந்தார்.

தான் பேசுவதைப் பற்றி மற்றவர்கள் என்ன நினைப்பார்கள் என்ற யோசனை கூட அவரிடம் இல்லை. பேச்சு முழுவதுமே தன்னை யாரும் மதிக்கவில்லை என்ற ஒரே விஷயம்தான். வீடு, அலுவலகம், உறவினர்கள், நண்பர்கள் என்று ஒவ்வொரு பெயராகச் சொல்லி புலம்பிக்கொண்டே இருந்தார்.

பேருந்தில் ஏறிய பிறகும் கூட - தனக்குத்தானே பேசிக்கொண்டே வந்தார். அதை யாரும் பெரிதாகக் கண்டுகொள்ளவே இல்லை. பல வருடங்களாக அப்படித்தான் இருக்கிறார் என்றார் நடத்துநர். யோசித்துப் பார்த்தால் இது ஒரு தனிநபரின் நோய் அல்ல. நகர வாழ்வு தனி நபருக்குத் தந்த மரியாதை அல்லது பரிசு இவ்வளவுதான் என்றே தோன்றுகிறது. நமக்கும் அந்த நபருக்கும் ஒரேயொரு வேறுபாடுதான் இருக்கிறது. அது... இதே புலம்பலை நாம் மிக ரகசியமாகச் செய்கிறோம் என்பது.

'என்னை யாரு மதிக்கிறா?' என்ற கேள்வியைக் கேட்காத மனிதர்களே உலகில் இல்லை. ஆண் - பெண் பேதமற்று, தேசம், மொழி கடந்து இந்தக் கேள்வி காலம் காலமாகச் சுற்றிக்கொண்டு இருக்கிறது. சில நேரம் ஆதங்கமாகவும், சில நேரம் கோபமாகவும், நிறைய நேரங்களில் தனக்குத்தானே சொல்லிக்கொள்வதுமாகவே இந்தக் கேள்வி வெளிப்படுவதைக் காண்கிறேன்.

கேள்வி கேட்கிற வன் இதற்கான பதிலை உடனே எதிர் பார்ப்பதுகூட இல்லை. பதிலற்ற இந்த வினா எழுப்பும் மௌனத்தை உற்று நோக்குகிறான். அது, எரிந்து கொண்டு இருந்த விளக்கை ஊதி அணைத்தபோது எழும் இருட்டைப் போல, சட்டென அடர்ந்த இருளைப் பீய்ச்சியடிக்கிறது. உலகம் ஒரு நிமிடம் மிருகக்காட்சி சாலையின் கூண்டைப் போலத் தோன்றுகிறது. இப்படித்தான் வாழ்க்கை நேற்றும் இருந்தது, இன்றும் இருக்கிறது, நாளையும் இருக்கக் கூடும் என்பது போல உணர்கிறான். அதோடு இந்தக் கேள்வி தனக்கு மட்டும் உரியதல்ல என்ற ஆறுதல் அவனைத் தற்காலிக அமைதி கொள்ளச் செய்துவிடுகிறது.

சீட்டுக்கட்டில் உள்ள தலைகீழ் உருவங்கள் போல், இந்தக் கேள்விக்கு இரண்டு முகங்கள் இருக்கின்றன. ஒன்று, குடும்பத்தில் இருந்து எழுவது, இன்னொன்று, பணியிடங்கள் மற்றும் வேலை சார்ந்து எழுவது. இரண்டில் குடும்பம் சார்ந்த இந்தக் கேள்வி பெண்களின் மனதில் ஆறாத ரணம் போல என்றும் இருக்கிறது. எப்போதாவது சில வேளை அழுகையாக வெடித்துப் பீறிடும் வரை அந்தக் கேள்வி, கல்லில் ஒளிந்திருக்கும் நெருப்பைப் போல, வெளித் தெரியாமலே ஒடுங்கியிருக்கிறது. கண்ணுக்குத் தெரிய அலுவலகங்களில் நடைபெறும் புறக்கணிப்பு, அங்கீகாரமின்மை, அவமானப்படுத்துதல் ஒரு பக்கம் இருக்கிறது என்றால்... மறுபக்கம், அனுமதிக்கப்பட்ட உரிமை போல குடும்பத்தில் இந்த மறுப்பு, கண்டு கொள்ளாமை காலம் காலமாகச் செயல்பட்டு வருகிறது.

காசியில் சுற்றியலைந்த நாட்களின் போது, வயதான பெண் ஒருவர் சொன்னார் - "தண்ணீர் கிடைக்காத காகம், ஒவ்வொரு கல்லா எடுத்து குடத்துக்குள்ளே போட்டு, அடியில இருக்கிற கொஞ்ச தண்ணீரை மேலே கொண்டுவந்து குடிச்ச மாதிரி, மனசுக்குள்ளே எங்கோ ஒடுங்கி இருக்கிற துக்கத்தை, சின்னதும் பெரிசுமா நமக்குப் பிடிக்காமல் நடந்த பழைய விஷயங்கள் ஒவ்வொண்ணாப் போட்டுப் போட்டு மேலே கொண்டு வந்துடுறோம். வேதனை, தொண்டையை அடைக்க ஆரம்பிச்சிருது. வாயைக் கட்டிரலாம். ஆனா, மனசை என்ன செய்யறது? கோழி குப்பையைக் கிளறிக்கிட்டே இருக்கிற மாதிரி ஒவ்வொண்ணா அது நோண்டிக்கிட்டேதான் இருக்கும். யாரையும் இதுக்குத் தப்பு சொல்ல முடியாது!"

ஒருவகையில் யோசித்தால், கேள்விகள்தான் நமக்கு இருக்கும் ஒரே ஆறுதல். நம் எல்லோருக்கும் பொது அடையாளமாக இருப்பவை இது போன்ற கேள்விகள் மட்டும்தான். இந்த கேள்வியின் முன்னால் சாமான்யனும் ஜனாதிபதியும் ஒன்றே! மாம்பழத்துக்குள் உள்ள புழு வெளியே தெரியாமல் பழத்தை கொஞ்சம் கொஞ்சமாக அரித்துத் தின்பது போல், ஒவ்வொருவர் மனதுக்குள்ளும் இக்கேள்வி கொஞ்சம் கொஞ் சமாக அவர்களின் திறமைகளை, விருப்பங்களை அரித்துத் தின்னத் துவங்குகிறது. எளிமையானது போலத் தோற்றமளிக்கும் இந்தக் கேள்வி உண்மையில் மிக ஆழமாக விவாதிக்கவும்

புரிந்து கொள்ளப்படவும் வேண்டியது. ஒற்றைப் பதிலால் இதை நிராகரித்துவிடவோ, சமாதானம் செய்துவிடவோ முடியாது.

தன்னை மதிப்பது என்றால் என்ன? பாராட்டுவது அல்லது ஊக்கப்படுத்துவதா, இல்லை... பெருமை கூறுவதா? அல்லது, வெகுமதியும் அதிகாரமும் அளிப்பதா? எதை யாசிக்கிறது இந்தக் கேள்வி?

தன்னை மதிக்க வேண்டும் என்று விரும்பும் மனிதன், தனது சகமனிதன் மீது வன்முறையும் அதிகாரமும் செலுத்துவதற்கு மட்டுமே ஆசைப்படுவது முரணாக இல்லையா?

ஒரு வகையில் இந்தக் கேள்வி, அங்கீகாரம் தொடர்பானது. விளையாட்டுப் பருவத்தில் உள்ள சிறுவர்களில் இருந்து ஓய்வு பெறும் நாளில் உள்ள நபர் வரை யாவரும் அங்கீகரிக்கப்படாத வர்களாகவே தன்னை நினைக்கிறார்கள். தனது திறமை, உழைப்பு, நல்ல குணங்கள் எதுவும் எவராலும் அங்கீகரிக்கப்படவில்லை என்ற ஆதங்கம் அனைவரிடமும் உள்ளது.

பல நேரங்களில் அங்கீகாரத்தை எப்படியாவது பெற்றுவிட வேண்டும் என்று கோபப்படுகிறோம், கூச்சலிடுகிறோம். ஆனால், அங்கீகாரம் என்பது எப்படி இருக்கும் அல்லது எப்படி இருக்கவேண்டும் என்ற வரையறையை எவராலும் முடிவு செய்ய முடிவதே இல்லை. இயற்கை எதற்கும் எவரிடமும் அங்கீகாரம் கேட்பதில்லை. தன்னை மற்றவர்களோடு ஒப்பிட்டு, தனது இருப்பை நியாயப்படுத்திக்கொள்வதும் இல்லை. இவை யாவையும்விட, தன் இருப்பு குறித்து ஆயிரம் வருடப் பழைமையான மரமோ, எல்லையற்று விரிந்துகிடக்கும் கடலோ, மலையோ தம்பட்டம் அடித்துக்கொள்வதில்லை. எவரது அங்கீகாரத்துக்கும் காத்திருப்பதும் இல்லை.

அங்கீகாரம் பெறுவதற்கான எளிய தந்திரங்கள் நடைமுறையில் உள்ள காலத்தில் இயல்பாக அது கிடைக்கக்கூடும் என்று நினைப்பவன் முட்டாளாகவே கருதப்படுகிறான். 'பகட்டும், தற்பெருமையும், சுய தம்பட்டமும் கொண்டவர்களுக்கு மட்டும்தான் எதிர்காலம்' என்ற கானல் தோற்றம் நம் முன்னே விரிந்து கொண்டு இருக்கிறது. இந்த நெருக்கடியின் ஊடாகவே,

எளிய மனிதன் இக்கேள்வியைத் தான் செல்லுமிடம் எல்லாம் சுமந்து கொண்டு அலைகிறான்.

எப்போதோ படித்த சீனக் கதை ஒன்று நினைவுக்கு வருகிறது. மலைக்கோயில் ஒன்றில் வழிபடுவதற்காக, அப்பாவும் பையனும் குதிரையில் பயணம் செய்து கொண்டு இருந்தார்கள். மலைப் பாதையில் ஓர் இடத்தில் குதிரை தடுமாறவே, பையன் கீழே விழுந்துவிட்டான். உடனே அவன் வலியில், "ஐயோ!" என்று கத்தினான். மறு நிமிடம் "ஐயோ!" என்ற சப்தம் மலையில் எதிரொலித்தது.

தன்னை மலை கேலி செய்வதாக நினைத்துக்கொண்டு, "உன்னைக் கொன்று விடுவேன்!" என்று அவன் கத்தினான். மறுநிமிடம், "உன்னைக் கொன்று விடுவேன்!" என்று மலையும் எதிரொலித்தது. அவன் ஆத்திரம் அதிகமாகி, "நான் யார் தெரியுமா?" என்று கூச்சலிட்டான். அது போலவே மலையும் கத்தியது. அவனால் தன் கோபத்தைப் பொறுத்துக்கொள்ள முடியவில்லை. கையில் கிடைத்த கற்களை எடுத்து மலையை நோக்கி எறிந்தான். மலை மௌனமாக இருந்தது.

இவனது சிறுபிள்ளைத் தனத்தைக் கண்ட அப்பா, "நான் நல்லவன் என்று கத்து" என்றார். பையனும் அது போலவே கத்தினான். உடனே மலையிலிருந்து "நான் நல்லவன்" என்ற சப்தம் பதிலாக வந்தது. அதுபோலவே, "உன்னை எனக்குப் பிடிச்சிருக்கு" என்று கத்தச் சொன்னார். பையனும் அப்படியே சப்தமிட்டான். மலை அதையும் எதிரொலித்தது.

இப்போது பையனுக்கு மலை மீதிருந்த கோபம் போய்விட்டது. அப்பா சிரித்தபடியே சொன்னார். "உண்மையில் எதிரொலிப்பது மலை அல்ல, நம் மனதுதான். நம் மனதில் என்ன நினைக்கிறோமோ, அதுதான் வெளியில் எதிரொலிக்கிறது. வெட்டவெளியின் முன்பாக நமது மனது திறந்து கொண்டுவிடுகிறது. ஆகவே நம் மனதில் நல்லெண்ணங்கள் வெளிப்பட்டால், பதிலாக நல்ல எண்ணங்கள் நம்மை வந்து அடையும்" என்றார். பையன் அன்றுதான் இயற்கையைப் புரிந்து கொண்டான் என்பதோடு கதை முடிகிறது.

நாம் உலகை நோக்கி நமது கோபங்களை மட்டுமே எதிரொலிக்கிறோம். அதனால்தான் எங்கும் அதே கோபக்குரல்

பதிலாக எதிரொலிக்கிறது. மாற்றிக்கொள்ள வேண்டிய குறைபாடுகள் வெளியில் இருக்கிறதா அல்லது நமக்குள் இருக்கிறதா?

ஒரு கேள்வி எப்போதும் இன்னொரு கேள்வியைத்தான் பதிலாகத் தருகிறது. கேள்வியின் அடியில் உள்ள மன வேதனையோ ஏதாவது ஒரு பதிலால், தான் கரைந்து போய்விட மாட்டோமா என்று காத்திருக்கிறது.

எனக்கு அந்தப் பதில் தெரியவில்லை!

□

4
கற்க மறந்த பாடம்

"என்னை எதுக்குப் படிக்க வெச்சீங்க?"

இந்தக் கேள்வி உங்கள் மனதில் எழுகிறது என்றால், நீங்கள் கல்லூரிப் படிப்பை முடித்து விட்டீர்கள்; உங்கள் வயது 20-ஐக் கடந்துவிட்டது என்று அர்த்தம். கூடவே, நேற்று வரை அரவணைத்த வீடு, இன்று முதல் உங்களைக் கேள்வி கேட்கத் துவங்கியிருக்கிறது என்றும் அர்த்தம்.

இந்தக் கேள்வியைச் சந்திக்காத பெற்றோர்களே இல்லை. அதுபோல மனதில் இந்தக் கேள்வி எழாத இளைஞர்களும் இல்லை. கல்வியின் மீது நாம் காட்டும் அக்கறை, வேலைக்கான அனுமதிச் சீட்டு என்ற அளவில் மட்டுமே சுருங்கி இருக்கிறது. கல்வியின் வழியாக நமது அறிவும் ஆளுமையும் தனித்திறனும் வளர்வதைப் பற்றி நாம் அதிகம் கவனம் கொள்வதே இல்லை.

உண்மையில், படிப்புக்கும் வேலைக்கும் நேரடியாக எந்த உறவுமில்லை. ஒரே கல்லூரியில், ஒரே வகுப்பறையில் படிக்கும் 40 பேரில் 30 பேர் அந்தப் படிப்புக்குத் தொடர்பில்லாத ஏதாவது ஒரு வேலைக்குச் செல்கிறார்கள்.

5 சதவிகிதம் பேருக்கு எந்த வேலையும் கிடைக்காமல் போகிறது. படிப்புக்குரிய வேலையைச் செய்பவர்கள் 2 சதவிகிதம் பேர்கூட இருக்கமாட்டார்கள்.

'என்னை எதுக்காகப் படிக்க வெச்சீங்க?' என்ற கேள்வியை ஆண்களைவிடவும் பெண்கள்தான் அதிகம் கேட்கிறார்கள். அதிலும், கல்வி என்பது பெண்களுக்கு அளிக்கப்படும் சலுகை என்று மட்டுமே சமூகம் அறிந்து வந்திருப்பதால், அல்ப காரணம்கூட எந்த நேரமும் ஒரு பெண்ணின் கல்வியை, கனவைத் துண்டித்துவிட முடியும்.

அந்த எதிர்ப்பிலிருந்து பீறிடுகிறது இந்தக் கேள்வி. குரல் நடுங்கி விம்ம, இந்தக் கேள்வியைக் கேட்ட பலரை நான் அறிந்திருக்கிறேன். அந்த நிமிஷங்களில் வீடு கருணை அற்றதாகவே கண்ணில் படுகிறது. ஆதரவாகப் பேச யாருமில்லை என்ற உணர்வே பீறிடுகிறது. இன்றும் ஏராளமான பெண்கள் தங்கள் கல்வித் தகுதியை மறந்து, சமையலறைகளில் உப்பு, புளி, மிளகாயோடு ஒடுங்கியிருக்கிறார்கள்.

என் கல்லூரி நாட்களின்போது சிவசங்கரன் என்ற சீனியரைப் பார்த்திருக்கிறேன். நெற்றியில் திருநீறு பூசி, கண்ணாடி அணிந்த மெலிந்த தோற்றம்! எப்போதும் படித்துக்கொண்டே இருப்பார். ஐ.ஏ.எஸ். ஆவதற்காகப் படிக்கிறார் என்று மற்ற மாணவர்கள் பேசிக் கொள்வார்கள். கல்லூரி விழாக்களின்போது சிவசங்கரன் மிக அழகான ஆங்கிலத்தில் சொற்பொழிவு ஆற்றுவதைக் கேட்டிருக்கிறேன். கல்லூரி மாணவர்களுக்குக் கனவு நாயகன் போலிருந்தார் சிவசங்கரன்.

படிப்பு முடிந்து போன பிறகும், பொது நூலகங்களில் அவரைப் பார்த்திருக்கிறேன். இந்திய சரித்திரம் பற்றிய தடித்தடியான புத்தகங்களைத் தன் முன்னே பரப்பி வைத்துக்கொண்டு, குறிப்பு எடுத்தபடியே இருப்பார். எப்படியும் கலெக்டர் ஆகிவிடுவார் என்று யாவருமே நம்பினோம்.

பல வருடங்களுக்குப் பிறகு, மதுரையில் உள்ள ஒரு ஓட்டலில் பில் போடும் நபராக அவரைப் பார்த்தபோது அதிர்ச்சியாக இருந்தது. தலைமுடி கொட்டிப்போய் கறுத்து, மெலிந்து காணப்பட்டார். என்னை அறிமுகப்படுத்திக்கொண்டபோது

அவரிடம் இருந்து தெரியும் என்பது போன்ற தலையசைப்பு மட்டுமே வந்தது. அதிகம் பேசவில்லை.

அதன்பின், இரண்டு மாதங்களுக்குப் பிறகு அதே ஓட்டலுக்கு மறுபடி சென்றபோது அவராகவே வந்து பேசினார். "உங்கள் ஐ.ஏ.எஸ். கனவு என்ன ஆனது?" என்று கேட்டேன். அவரிடமிருந்து பதில் வரவில்லை. பிறகு, மனதின் ஆழத்தில் உறைந்து கிடந்த பதிலை வெளிக்கொண்டு வருவது போல, மிக மெதுவாகப் பேசினார். "எங்க அண்ணன் திடீர்னு இறந்து போயிட்டான். அவன் சம்பாத்தியத்துலதான் வீடு ஓடிட்டு இருந்தது. என்ன பண்றதுன்னு தெரியலை. காபித்தூள் விற்கிற கடையில் பில் போடுற வேலை கிடைச்சுது. போகமாட்டேன்னு சொன்னேன். அப்பா, அம்மா எல்லோரும் திட்டினாங்க. வேற வழியில்லாம போக ஆரம்பிச்சு, அங்கே இங்கே அலைஞ்சு வாழ்க்கையை ஓட்ட ஆரம்பிச்சுட்டேன். நமக்கு வாய்ச்சது அவ்வளவு தான்!"

சிவசங்கரனின் கண்களை என்னால் நேர்கொண்டு பார்க்க முடியவில்லை. அவர் தன் கனவுகளைத் தானே அழித்துக்கொள்ள முடிவு செய்த அந்த இரவு எப்படி இருந்திருக்கும்? தேளின் விஷம் கொஞ்சம் கொஞ்சமாக உடலில் கடுப்பை ஏற்றுவதைவிடவும் அதிகக் கடுமை ஏற்றியிருக்கும். பில் போடுவதற்கு தன்னைத்தானே எப்படிச் சம்மதிக்க வைத்திருப்பார் அவர்? எத்தனை யோசித்திருப்பார்? எவ்வளவு நேரம் அழுதிருப்பார்?

உலகத்திலேயே மிகத் துயரமானது நம் விருப்பத்தை நாமே அழித்துக்கொள்ள முடிவெடுக்கும் தருணம்தான். சாவை விடவும் வலியது நம் கனவுகளை நாமே அழித்துக்கொள்வது!

சிவசங்கரன் விதிவிலக்காக நேர்ந்துவிட்ட ஓர் ஆள் அல்லர்; அவரைப் போல எத்தனையோ பேர் தனது விருப்பத்துக்கும் சாத்தியத்துக்கும் உள்ள பள்ளத்தாக்கில் விழுந்து கிடக்கிறார்கள். படிப்பின் வழியாக வாழ்வில் வெற்றி பெற்றவர்களின் எண்ணிக்கையைவிட கைவிடப்பட்டவர்களின் எண்ணிக்கைதான் அதிகம்.

உண்மையில், எதற்காகப் படிக்கிறோம்? அல்லது, படிக்க வைக்கப்படுகிறோம். நாம் என்ன படிக்க வேண்டும் என்ற

விருப்பம் நம்மிடமிருந்து உருவாவதில்லை. மாறாக, எந்த வேலை, என்ன ஊதியம் பெற்றுத் தரும் என்ற கணக்கிலிருந்தே பெரும்பாலும் முடிவெடுக்கப்படுகிறது.

'கவிதை எழுதும் மனதிருக்கிறது; இலக்கியம் படிக்கிறேன்' என்று விரும்பும் அத்தனை பேரும் கோமாளிகளைப் போலப் பரிகசிக்கத்தானே படுகிறார்கள்! 'என்னால் நன்றாகப் பாட முடியும்; இசை கற்றுக்கொள்ளட்டுமா?' என்று கேட்பவனை, 'சாதகம் முக்கியமில்லை; சாதம்தான் முக்கியம்' என்று நெருக்கடியின் கயிற்றை அவன் கழுத்தில் மாட்டிச் சுருக்கிடுகிறோம்.

படிப்பு ஒருவருக்கொருவர் இணக்கத்தை உருவாக்குவதை விடவும் இடைவெளியைத்தான் அதிகம் உருவாக்கியிருக்கிறது. பாமர மக்களிடம் உள்ள அடிப்படையான நேர்மையும், துணிச்சலும், சக மனிதனோடு கொள்ளும் நட்பும் படித்தவர்களிடம் ஏன் உருவாகாமல் போனது?

கல்வித் தகுதியைப் பெயருக்கு பின்னால் போட்டுக் கொள்வதைப் பெரிய கௌரவம் போல நினைத்துக் கொண்டு இருக்கிறோம். மேற்கத்திய நாடுகளில் மருத்துவர்களும் கல்லூரிப் பேராசிரியர்களும், துறை சார்ந்த வல்லுநர்களும் மட்டுமே தங்கள் பட்டங்களைப் போட்டுக் கொள்கிறார்கள். அதுவும் தங்கள் பணியிடங்களில், குடியிருப்புகளில் மட்டுமே! நாமோ கல்யாணப் பத்திரிகை, ஏன்... ரயில்வே முன்பதிவில் கூட எம்.ஏ, எம்.காம். என்று எத்தனை பட்டங்களைப் போட்டுக்கொள்ள முடியுமோ போட்டுக்கொண்டு விடுகிறோம்.

வீட்டில் பெயர்ப் பலகை மாட்டுவதில் கூட பெண் ஒதுக்கப் பட்டே விடுகிறாள். இதுவரை நான் பார்த்த எந்தப் பெயர்ப் பலகையிலும், அந்த வீட்டில் இருக்கும் பெண்கள் என்ன படித்திருக்கிறார்கள் என்று பார்த்ததே இல்லை. மருத்துவர்கள் மட்டுமே இதில் விதிவிலக்கு!

படிப்பு நம்மை விவசாயிகளை விட்டுப் பிரித்திருக்கிறது. அண்டை வீட்டுக்காரனை அலட்சியம் செய்ய வைத்திருக்கிறது. சாமான்ய மக்களை முட்டாள்கள் என்று அடையாளப் படுத்தியிருக்கிறது. அதன் மறுபக்கம், சாமான்ய மக்கள்,

படித்தவர்களை அனுபவ அறிவு அற்றவர்கள் என்று கேலி செய்யவும், படித்தவர்கள் ஏமாற்றக்கூடியவர்கள் என்ற பிம்பத்தை உருவாக்கவும் வைத்திருக்கிறது. ஏன் இப்படி இரு துருவங்களாகிப் போனோம்?

ரயில் பயணத்தில் நண்பர் ஒருவர் சொன்ன கதை ஒன்று நினைவில் இருக்கிறது. பேங்க் மேனேஜர் ஒருவர் கிராமத்தில் உள்ள விவசாயி ஒருவரை காணச் சென்றார். விவசாயி ஒரு செக்கு வைத்திருந்தார். அருகில் அவரது விளைநிலமும் இருந்தது. மேனேஜர் அவரிடம் சென்று, "எப்படி இரண்டு வேலையை ஒரே ஆளாகச் செய்கிறாய்?" என்று கேட்டார்.

"செக்குமாடு ஒரே வட்டத்தில்தான் சுற்றிக்கொண்டு இருக்கும். அதன் கழுத்தில் மணி கட்டி இருக்கிறேன். மாடு நின்றுவிட்டால் சத்தம் வராது. உடனே நான் ஹாய்... ஹாய்... எனக் குரல் கொடுப்பேன். மாடு திரும்பவும் சுற்றத் தொடங்கிவிடும். அதனால் வயல் வேலை செய்வதில் எனக்கு எந்த இடையூறும் வராது" என்றார் விவசாயி.

உடனே பேங்க் மேனேஜர், "மாடு ஒருவேளை தலையை மட்டும் ஆட்டிக்கொண்டு சுற்றாமல் நின்றால் கூடச் சத்தம் வரும் அல்லவா? அப்போது என்ன செய்வாய்?" என்று கேட்டார். விவசாயி உடனே சொன்னார்... "என் மாடு அப்படியெல்லாம் செய்யாது. அது என்ன உங்களைப் போல ரொம்பப் படித்திருக்கிறதா, இப்படியெல்லாம் குறுக்குத்தனமாக யோசிக்க?"

கதை ஒரு தமாஷுக்காகச் சொல்லப்பட்டாலும், கல்வி குறுக்குவழியை உருவாக்க உதவியிருக்கிறது என்ற உண்மையையும் அடையாளப்படுத்தவே செய்கிறது.

கேள்வியின் முக்கியத்துவம், அது யாரிடம் கேட்கப்படுகிறது என்பதைப் பொறுத்தே இருக்கிறது. இல்லாவிட்டால் எல்லாக் கேள்விகளும் வெறும் மனக்குறை என்பதோடு முடிந்துவிடும்.

□

5
காக்கைக் கூடு

"உங்களை எல்லாம் யாரு கல்யாணம் பண்ணிக்கச் சொன்னது?"

கேள்விகளில் ஆண் பெண் என்ற பேதமிருக்கிறதா? இருக்கிறது என்றே தோன்றுகிறது. ஆண்களுக்குச் சில கேள்விகள் தோன்றுவதே இல்லை. அதில் ஒன்று இந்தக் கேள்வி. பெரும்பாலும் தாமதமாகப் பின்னிரவில் வீடு திரும்பும்போது, பெண்களிடம் இந்தக் கேள்வி எழுகிறது. எந்தக் கணவனும் இதற்கான பதிலைச் சொல்லியதில்லை. யாவருக்கும் பொதுவான ஒரே பதில், மௌனம் மட்டுமே!

உண்மையில் இது கேள்வியல்ல; குற்றச்சாட்டு. விதிவிலக்காகக் கூட எந்த ஒரு ஆணும் இந்தக் கேள்வியிலிருந்து தப்பியிருக்க முடியாது. தேசத்துக்கே வழிகாட்டிய மகாத்மா காந்தியைப் பற்றி அவரது மனைவி இதே குற்றச்சாட்டை முன்வைத்திருக்கிறார். சிவன், முருகன், விஷ்ணு என்று கடவுள்களும் கூட இந்தக் கேள்வியைச் சந்தித்து மௌனம் சாதித்திருக்கிறார்கள்.

வீட்டைக் கவனிப்பதில்லை என்ற குற்றச்சாட்டு எல்லா ஆண்களுக்கும் பொதுவானது. அதில் பெரும்பகுதி உண்மை இருக்கவும் செய்கிறது. எங்கோ நடக்கும் கிரிக்கெட் போட்டி, இராக் யுத்தம் வரை அக்கறையாகக் கவனிக்கக்கூடிய ஆண்களுக்கு, தன் வீட்டில் நடப்பதைக் கவனிப்பதற்கு மட்டும் ஏன் விருப்பமில்லாமல் போகிறது?

காரணம், வீடு என்பது அவனைப் பொறுத்தமட்டில் தன் சுதந்திரத்துக்குத் தடை விதிக்கக்கூடியது. அது, பிரச்னைகளின் விளை நிலம்.

உண்மையில், பெரும்பான்மை குடும்பங்களின் ஒரே பிரச்னை, குடும்பத்தின் ஆண்தான். அதுவும் அவன் குடிக்கிறவனாக இருந்துவிட்டால், அந்தக் குடும்பம் ஓட்டைப் படகில் பயணம் செய்வது போன்றதுதான். எந்த நேரமும் எந்தப் பக்கமும் கவிழ்ந்துவிடும். மிதமிஞ்சிய போதையில் ஆண், வீட்டுக் கதவைத் தட்டும் சத்தம் போல், பெண்ணை அவமானப்படுத்துவது வேறு எதுவுமே இல்லை.

கி.மு - கி.பி. என்பது போல, பெண்களுக்கு தி.மு - தி.பி. என வாழ்வு இரண்டாகப் பிரிக்கப்பட்டு இருக்கிறது. திருமணத்துக்கு முந்திய பெண்ணின் வாழ்வும் திருமணத்துக்குப் பிறகான பெண்ணின் வாழ்வும் மிகுந்த வேறுபாடு கொண்டது. வீட்டிலிருந்து பெண் வெளியேறிப் போனாலும் பெண்ணிடமிருந்து வீடு எளிதில் வெளியேறுவதில்லை.

சில வருடங்களுக்கு முன்பு, சேலத்தில் ஓர் இலக்கிய நிகழ்ச்சியில் கலந்து கொள்ளச் சென்றிருந்தேன். நிகழ்ச்சி நடந்த இடம், ஒரு திருமண மண்டபம். நிகழ்ச்சி முடிந்தபோது, தன் மகளோடு வந்திருந்த 45 வயதைக் கடந்த பெண்மணி ஒருவர், தன்னை அறிமுகம் செய்து கொண்டு என்னிடம் பேசத் துவங்கினார்.

இதே கல்யாண மண்டபத்தில் தனக்கு 1978ம் ஆண்டு திருமணம் ஆனது என்றும், அன்று புதுப்பெண்ணாக வந்ததற்குப் பிறகு இன்றுதான் இரண்டாவது தடவையாக இந்த மண்டபத்துக்கு வருவதாகவும் சொன்னார். "நீங்கள் உங்கள் திருமணம் நடந்த மண்டபத்துக்குத் திரும்ப எப்போதாவது

போயிருக்கிறீர்களா?" என்று கேட்டார். சிலமுறை, வேறு நண்பர்களின் திருமணங்களுக்காக அதே மண்டபத்துக்குச் சென்றிருக்கிறேன் என்றேன்.

அந்தப் பெண்மணி சிரித்தபடியே, "உங்களுக்கு அப்போது ஒண்ணுமே நினைப்பு வரலையா?" என்று கேட்டார். "இல்லையே" என்றேன். அவர் திரும்பவும் சிரித்தபடியே, "பொம்பளைகளாலே அப்படியிருக்க முடியாது. இப்போகூட எனக்கு இந்த மண்டபத்துக்கு வந்ததுல இருந்து என்னமோ மாதிரி இருக்கு. அதை எப்படிச் சொல்றதுன்னு தெரியலை. ஆனா, கொஞ்சம் சந்தோஷமாவும், நிறைய வருத்தமாவும் இருக்கு" என்றார்.

அவர் சொல்கிற விஷயம் புரிந்ததே அன்றி, அவரது வலி அப்போது புரியவில்லை. இரண்டு மூன்று தினங்களுக்குப் பிறகு, அவர் ஒரு கடிதம் எழுதியிருந்தார். அரசு உயர் அதிகாரியான கணவன், மூன்று பிள்ளைகள், சொந்த வீடு என எல்லாமும் இருக்கிறது. ஆனால், இவை எதுவும் நான் விரும்பியதில்லை என்றே தோன்றுகிறது. எளிய, கஷ்டமான சூழ்நிலை கொண்ட குடும்பத்தில் வளர்க்கப்பட்டபோது நான் அடைந்த சந்தோஷமும் சுதந்திரமும் இப்போது துளியும் இல்லை.

திருமணத்துக்காக மண்டபத்துக்கு அழைத்து வரப்பட்டபோது உடலில் ஏற்பட்ட பதற்றம், திருமணமாகி இத்தனை வருடமாகியும் போகவே இல்லை. வேலிப்புதர்களில் சிக்கிக்கொண்ட பிளாஸ்டிக் காகிதங்களைப் பார்த்திருக்கிறீர்களா? அது ஓய்வின்றி படபடவென ஓசை எழுப்பிக்கொண்டே இருக்கும். நானும் உள்ளுக்குள் அப்படித்தான் இருக்கிறேன். கை நடுக்கமில்லாத பெண்கள் உலகில் யாராவது இருக்கிறார்களா என்ன?

இப்போது என் மகளுக்குத் திருமணம் செய்து வைக்கப் போகிறோம் என்பதை நினைத்தாலே பயமாக இருக்கிறது. என்ன செய்வது, திருமணமின்றித் தனியாக வாழத் தைரியமும் இல்லை, சுதந்திரமும் இல்லை. இன்றைக்கும் எனக்குள் ஒரேயொரு கேள்வி இருக்கிறது. எதற்காகத் திருமணம் செய்துகொண்டேன்? இதை எனக்கு நானே கேட்டுக் கேட்டுச் சலித்துப்போய்விட்டது. பதில் மட்டும் தெரியவே இல்லை' என்று முடிந்தது அந்தக் கடிதம்.

எறும்புகள் கையில் அப்பிக்கொள்வது போன்று, அந்தப் பெண்ணின் கடிதத்திலிருந்து சொற்கள் என் உடலெங்கும் அப்பிக் கொள்ளத் துவங்கின. திருமண மண்டபங்களில் உதிர்ந்து கிடக்கும் பூவிதழ்களுடன் பெண்ணின் கனவுகளும் உதிர்ந்து போய் விடுகிறதா? விருந்து இலையின் ஓரத்தில் வைக்கப்பட்ட உப்பைப் போல, சந்தோஷம் அளவில் மிகச் சிறியதுதானா?

திருமணம் குறித்த கனவுகள் ஆணுக்கு ஒன்றாகவும் பெண்ணுக்கு வேறு ஒன்றாகவுமே இருக்கிறது. அது கலையத் துவங்கும்போது, ஆண் ஆத்திரம் கொள்பவனாகவும், பெண் அடி வாங்குபவளாகவுமே இருக்கிறார்கள். பெண்கள் தங்களுக்குக் கிடைத்த வாழ்வைச் சகித்துக்கொள்வதும், இருப்பதில் திருப்தி அடைவதும், வேதனையை மனதுக்குள்ளாக அமுக்கிப் புதைத்துவிடுவதுமே, பல குடும்பங்கள் உடைந்து போகாமல் இருக்கக் காரணமாக இருக்கிறது.

மாலை நேரங்களில் மின்சார ரயிலில் பயணம் செய்து வீடு திரும்புபவர்களைக் கவனித்திருக்கிறேன். ஒரே ரயிலில்தான் ஆணும் பெண்ணும் பயணம் செய்கிறார்கள். தன் வீட்டின் அருகில் உள்ள ரயில் நிலையம் வந்ததும் ஒன்றாகத்தான் இறங்குகிறார்கள். ஆனால், ரயில் நிலையத்தை விட்டு வெளியே வந்த ஆண்கள் ஆங்காங்கே நின்று டீ குடித்தபடியோ, சினிமா விளம்பரங்களை வேடிக்கை பார்த்தபடியோ, நண்பர்களுடன் அரட்டை அடித்தபடியோ நிற்கிறார்கள்.

பெண்களோ, ரயில் நிலையத்தில் வெளியேறும் வாசலில் உள்ள காய்கறிக் கடைகளில் நின்று பேரம் பேசிக் காய்கறிகள் வாங்கிக்கொண்டு, வழியில் உள்ள கோயிலின் வாசலில் நின்ற இடத்திலேயே செருப்பை அவிழ்த்து, ஒரு கும்பிடு போட்டுவிட்டு, அவசர அவசரமாக வீடு திரும்புகிறார்கள். பல்லி தன் நாக்கை நீட்டி பூச்சியைக் கவ்வி இழுத்துக்கொள்வது போல, வீட்டை நெருங்குவதற்கு முன்பாக தன் நாக்கால் பெண்ணைக் கவ்வி இழுத்துக் கொள்கிறது வீடு.

வேலைச் சுமை, நகர நெருக்கடி, பொருளாதாரத் தேவை என ஆயிரம் காரணங்கள் சொன்னபோதும், ஒரே வீட்டில் ஆண்களும் பெண்களும் வேறு வேறு வாழ்வைத்தான் மேற்கொள்கிறார்கள். சாப்பாட்டைப் போலவே பாலுறவும்

தவிர்க்க முடியாத நிகழ்வாக முடிந்து போகிறதே அன்றி, அதில் ஆணோ பெண்ணோ அக இன்பம் கொள்வதே இல்லை.

இன்று அதிருப்திகளும் அக்கறை இன்மையும் நம் வீடுகளை நீக்கமறப் பற்றியிருக்கின்றன. தண்ணீரில் தக்கை மிதப்பது போன்று இந்தக் கேள்விகள் எந்தச் செயல்பாடு மற்று மிதக்கின்றன. அன்றாடம் வீட்டில் சேரும் குப்பைகள் அகற்றப்படுவது போல, மனக்குறைகளும் ஆதங்கங்களும் ஏன் அகற்றப்படுவதில்லை?

பிலிப்பைன்ஸ் நாட்டில் ஒரு கதை உண்டு. கடவுள் உலகைப் படைத்தபோது பெண்ணைப் படைக்கவில்லை. ஆணை மட்டுமே படைத்தார். ஆண் தன் விருப்பம் போல் பூமியில் சுற்றி அலைந்து மகிழ்ந்தான். பெண்ணைப் படைப்பது என்று கடவுள் முடிவு செய்து, அதற்கு ஆலோசனை சொல்வதற்காகத் தேவதைகளை வரச் செய்தார். அவர்கள், எதிர்காலத்தில் ஒரு பெண் எது போன்று சிக்கல்களைச் சந்திக்க நேரிடும் என்பதைக் கணக்கில் கொண்டு, ஆளுக்கு ஒரு யோசனை சொன்னார்கள்.

ஒரு தேவதை, பெண் வழியாக பிறப்பு நடைபெறும் என்பதால், கர்ப்பப்பை அவளுக்குள் வைக்கப்பட வேண்டும் என்றது. இரண்டாவது தேவதையோ, பிறந்த குழந்தைக்குப் பால் புகட்ட வேண்டும் என்பதால், மார்பில் பால் ஊறுமாறு செய்ய வேண்டும் என்றது. மூன்றாவது தேவதை, பெண் எப்போதும் வெளியே சொல்ல முடியாத வேதனைகளைத் தாங்க வேண்டியிருக்கும் என்பதால், அவள் இதயத்தை மிக பலமானதாக உருவாக்குங்கள் என்று ஆலோசனை சொன்னது.

கடவுள் எல்லா ஆலோசனைகளையும் மனதில் கொண்டு, மிக அழகான பெண்ணை உருவாக்கி, உயிர் கொடுத்தார். மறுநிமிடம் பெண்ணின் கண்கள் திறந்தன. அவற்றிலிருந்து பிசுபிசுவென ஏதோ திரவம் கசிந்து கொண்டு இருந்தது. அதைத் தேவதைகள் தங்கள் விரல்களால் தொட்டுப் பார்த்தார்கள். பிறகு கடவுளிடம், "இது என்ன திரவம்? எதற்கு இவள் கண்களிலிருந்து இந்தத் திரவம் வடியும்படியாகப் படைத்தீர்கள்?" என்று கேட்டனர். கடவுள் குழப்பத்தோடு, "நான் அப்படிப் படைக்கவில்லையே! எனக்கும் அது புரியாமல்தான் இருக்கிறது" என்றார். அப்போது ஓர் அசரீரி ஒலித்தது. "பெண் தன் எதிர்காலம் எப்படி

இருக்கும் என்பதை அறிந்து கொண்டதால், தனக்குத்தானே ஏற்படுத்திக்கொண்ட திரவம் அது. அதன் பெயர் கண்ணீர்!"

காக்கைக் கூட்டைப் பார்த்திருக்கிறீர்களா? காக்கை அதன் கூட்டில் பகல் வேளைகளில் இருப்பதில்லை. அது பறந்து திரிந்து கிடைப்பதைக் கிடைத்த இடத்தில் சாப்பிடக்கூடியது. காகம் எப்போது கூடு திரும்புகிறது, எப்போது உறங்குகிறது என்று தெரியாது. அது தன் கூட்டை முட்களால்தான் கட்டுகிறது. ஆண்களுக்கு வீடு காக்கைக் கூடுதானா?

◻

6
சொல் புகாத இடம்

"நெனச்சு நெனச்சுப் பேசினா எப்படி?"

சொல்லை எவ்வளவு தூரம் நம்புவது? இந்தச் சந்தேகம் நம் அனைவரிடமும் இருக்கிறது. கடற்கரை மணலைவிடவும் அதிகமாகச் சொற்கள் தினசரி வாரி இறைக்கப்படுகின்றன. கை நிறைய அள்ளி அள்ளி சொற்களை உபயோகிக்கப் பழகிவிட்டோம். ஆனால், சொல்லுக்கும் செயலுக்கு மான இடைவெளி முன் எப்போதையும்விட இன்று மிக அதிகமாகிவிட்டது. அதிலிருந்துதான் இந்தக் கேள்வி பிறக்கிறது.

இந்தக் கேள்வியைக் கேட்கிற மனிதன் சொல்லை நம்பி ஒரு செயலை மேற்கொள்ளத் துவங்கி விடுகிறான். அவனிடமிருக்கும் ஒரே நம்பிக்கை, சொல் மட்டுமே! அது திடீரென பறிமுதல் செய்யப்படும்போது, அவனால் தன் செயலை நியாயப்படுத்த முடியவில்லை. தன்னை நொந்து கொள்வதைத் தவிர, வேறு வழியில்லை என்ற நிலையிலே இந்தக் கேள்வி எழுகிறது.

நேற்று வரை சொல் என்பது செயலின் விதை என்று நம்பியிருந்தோம். இன்று, 'சொல்தானே,

அதற்குப் போய் ஏன் இவ்வளவு தயக்கம்?' என்ற நிலை உண்டாகியிருக்கிறது. இந்த நூற்றாண்டுக்கென ஏதாவது சிறப்பு அடையாளம் இருக்கிறதா என்றால், அது பேச்சு என்றுதான் தோன்றுகிறது.

மனிதர்கள் பகல், இரவு பேதமின்றி மணிக்கணக்காகப் பேசிக் கொண்டே இருக்கிறார்கள். அதுவும் செல்போன் வந்த பிறகு, பேச்சு ஒரு நீரூற்றைப் போலப் பொங்கி வழியத் துவங்கிவிட்டது. மருத்துவமனைகளில், வழிபாட்டுத் தலங்களில் இது வரை கவிழ்ந்திருந்த மௌனம் கூட இன்று சிதறடிக்கப்பட்டுவிட்டது.

யாரோ யாருடனோ பேசும் சொற்கள் கண்ணுக்குத் தெரியாமல் காற்றில் சுற்றிக்கொண்டே இருப்பதாகத் தோன்றுகிறது. நம் தலையை, வாகனங்களை, குடியிருப்புகளைச் சுற்றிச் சொற்கள் சதா மிதந்து கொண்டே இருக்கின்றன. சொல் புகாத இடம் என்று எதுவும் இல்லை.

இன்று மனிதர்கள் பேசிக்கொள்வதற்கு இடமில்லாமல் தட்டழிகிறார்கள். உணவகம், சாலை, மைதானம், நடைபாதை, மின்சார ரயில் என்று இடைவெளி இல்லாமல் எங்கும் எப்போதும் யாராவது ஒரு மனிதன் இன்னொரு மனிதனோடு பேசிக்கொண்டுதான் இருக்கிறான். அப்படி என்ன பேசுகிறார்கள்? பேச்சின் மீது எப்படி இவ்வளவு ருசி உண்டானது?

கடந்த தலைமுறை மனிதர்கள் பேசத் தயங்கினார்கள். சொற்களைத் தங்கத்தைப் போல உரசிப் பார்த்து, அதன் மாற்றை அறிந்து பேசினார்கள். ஒரு சொல் அதிகமாகப் பேசி விடக்கூடாது; சொல் பிடிகொடுத்துவிடக் கூடாது என்று பயந்தார்கள்.

இன்று சொல்தான் எல்லாவற்றுக்கும் முதலீடு. பெரும்பான்மை வணிகம் பொருளைக் காட்டாமல் சொல் அளவிலே நடந்து முடிந்துவிடுகிறது. கத்தி வீசுவது போல் லாகவமாகச் சொற்களை வீசப் பழகிவிட்டோம். ஆனாலும் சொல்லின் ஊடாக இதுவரை செயல்பட்டு வந்த நம்பிக்கை மற்றும் நல்லெண்ணங்களைக் கொஞ்சம் கொஞ்சமாக நாம் இழந்து விட்டோம் என்பது உண்மைதான்.

அமெரிக்காவின் செவ்விந்தியப் பழங்குடியினர்களிடம் ஒரு பழக்கம் இருக்கிறது. வேட்டையாடுவதற்காகச் செல்லும்போது யாராவது தன் அம்பைத் தவறவிட்டுவிட்டால், அதைத் தேடி எடுக்காமல் வீடு திரும்ப மாட்டார்கள்.

காரணம், நம் கையிலிருந்து தொலைந்த அம்பை நாமே திரும்ப எடுத்துக் கொள்ளாவிட்டால், அது தன்னை மதிக்காத மனிதனைப் பழிதீர்த்துக் கொள்ள எதிரியின் கைக்குப் போய்ச் சேர்ந்துவிடும். என்றாவது ஒருநாள் தான் தொலைத்த அம்பு தன் மார்பிலேயே பாய்ந்துவிடும் என்று நம்புகிறார்கள். அம்பைத் தொலைத்துவிட்டு வருடக் கணக்கில் அதைத் தேடி, காட்டிலே அலைந்து திரியும் ஆதிவாசிகள் கூட உண்டு என்கிறது செவ்விந்தியச் சரித்திரம்.

கைதவறவிட்ட அம்பை விடவும் கூரானது தவறாகப் பயன் படுத்தப்பட்ட வார்த்தை. அம்பையாவது தேடித் திரும்ப எடுத்து விடலாம். சொற்களைத் திரும்பப் பெறுவது இயலாது. ஆயுதம் போல கவனமாகப் பிரயோகம் செய்யவேண்டிய சொற்களை நாம் அலட்சியமாகப் பிரயோகிப்பதோடு, அதன் விளைவுகளைப் பற்றி யோசிக்காமலும் இருக்கிறோம்.

மனது தன்னைக் காயப்படுத்திய சொற்கள் ஒவ்வொன்றையும் கவனமாகச் சேமித்து வைத்திருக்கிறது. சந்தர்ப்பம் கிடைக்கும்போது, அதே சொற்களால் எதிரிகளை வீழ்த்துவதற்கு அது துடித்துக்கொண்டு இருக்கிறது. குறிப்பாக, பிறர் மீது நாம் உபயோகிக்கும் வசைச் சொற்கள், அவற்றின் வன்மம் குறையாமல் அப்படியே எதிராளியின் மனதில் சுழன்று கொண்டே இருக்கின்றன. என்றாவது ஒரு நாள் அது நம் மீது கட்டாயம் பிரயோகிக்கப்பட்டுவிடும்.

பேச்சு, நம் கைகளால் உணர முடியாத ஒரு எடையுடன் இருக்கிறது. நுகர முடியாத சுவையுடன் இருக்கிறது. விலக்க முடியாத ருசியுடன் இருக்கிறது. தவிர்க்க முடியாத வலிமையுடன் இருக்கிறது. அமீபாவை விடவும் விசித்திரமான வடிவத்தில் அது சதா இயங்கி வருகிறது. இவ்வளவு தனித்துவம் இருந்தும், சொற்களைப் பற்றி நாம் அதிகம் கவனம் கொள்வதே இல்லை.

மாம்பலம் ரயில் நிலைய வாசலில் துருப்பிடித்த தாடிகொண்ட பிச்சைக்காரன் இருந்தான். அவனை ஒவ்வொருமுறை கடக்கும்போதும், ஒரு நிமிடம் நின்று கவனிப்பேன். குரலில் எந்த ஏற்ற இறக்கமும் இல்லாமல் பயிற்றுவிக்கப்பட்ட கிளி போல 'அய்யா... தர்மம் போடுங்க! அம்மா தாயே... பிச்சை போடுங்க' என்று சொல்லிக்கொண்டு இருப்பான். இந்த ஏழெட்டு வார்த்தைகளை மட்டுமே நம்பி அவன் வாழ்கிறான் என்பது ஆச்சர்யம்தான். அந்தக் குரல் பலரையும் எரிச்சல் அடைய வைத்திருக்கிறது. அதைப் பற்றி அவனுக்குக் கவலையில்லை. சில மதிய நேரங்களில், சாலையில் வெயிலைத் தவிர யாரும் இருக்க மாட்டார்கள். அப்போதும் அவன் வெயிலின் முன்பாகக் கைகளை ஏந்தியபடி, அதே குரலில் பிச்சை கேட்டுக்கொண்டு இருப்பான்.

அவன் வேறு யாருடனாவது ஏதாவது பேசிக் கேட்கவேண்டும் என்று பல நாட்கள் அவனைக் கவனித்திருக்கிறேன். அவன் யாரிடமும் பேசுவதில்லை. தனக்குத் தானும் பேசிக் கொள்வதில்லை. ஓட்டைப் பாத்திரத்திலிருந்து தண்ணீர் தானே ஒழுகி வருவது போல், அவன் மனதிலிருந்து இந்தச் சொற்கள் மட்டும் தானே ஒழுகிக்கொண்டே இருந்தன. ஒரு நாள் மதியம் அவனிடம் இதைப் பற்றிக் கேட்டுவிட முடிவு செய்து நெருங்கிச் சென்று பேசினேன். அவன் எரிச்சலோடு சொன்னான். "பேசிப் பேசித்தான் இப்படி உட்கார்ந்து இருக்கேன். இனிமே பேசுறதுக்கு என்ன இருக்கு?"

முகத்தில் அறைவது போலிருந்தது அவனது பதில். அன்று முழுவதும் மனதில் அவனது பதில் சுற்றிக்கொண்டே இருந்தது. அதன் பிறகு இன்றுவரை பிச்சைக்காரர்களின் குரலைக் கேட்கும்போது, அதன் பின்னே சொல்லமுடியாத ஒரு வலியும், நிராகரிப்பின் துக்கமும் கொப்பளிப்பதை அறிந்து கொள்ள முடிகிறது.

மெக்ஸிகோ நாட்டில் தச்சர்களைப் பற்றிய ஒரு கதை உண்டு. மிக அழகான வேலைப்பாடு மிக்க மாளிகைகளைச் செய்யக்கூடிய தச்சன் ஒருவன் இருந்தான். அவன் வீடுகளை வடிவமைப்பதில் மிகுந்த திறமைசாலி. பல வருடங்களாக மன்னரிடம் வேலை செய்து வந்தான். தனது கலைத்திறமை

அத்தனையும் காட்டி அவன் கட்டிக் கொடுத்த மாளிகைகளைப் பற்றி உலகமே புகழ்ந்து பேசியது. ஆனால், மன்னர் ஒரு வார்த்தை கூட அவனிடம் புகழ்ந்து பேசவில்லை. அதனால், அவன் ஆத்திரம் அடைந்திருந்தான்.

தன்னை மன்னர் கௌரவப்படுத்தாவிட்டாலும் பரவாயில்லை, ஒரு வார்த்தை நன்றாக இருக்கிறது என்று பாராட்டினால் போதும் அதைக்கூடச் செய்ய மறுக்கிறாரே என்று புலம்பல்.

தச்சனுக்கு வயதாகிக்கொண்டே வந்தது. மன்னர் அவனைக் கண்டுகொள்ளவே இல்லை. இனிமேலும் எதற்காக வேலை செய்ய வேண்டும் என்று நினைத்து, மன்னரிடம் சென்று, தான் ஓய்வுபெறப் போவதாகச் சொன்னான்.

மன்னர், "அது உன் விருப்பம். ஆனால், அதன் முன்பாக எனக்கு ஒரு மாளிகை கட்ட வேண்டும். அதை மட்டும் முடித்துக் கொடுத்துவிட்டு ஓய்வு பெறு!" என்று கட்டளை இட்டார். தச்சனுக்கு ஆத்திரமாக வந்தது. ஆனாலும், மன்னர் கட்டளை என்பதால் சம்மதித்தான்.

அந்த வேலையில் அவனுக்கு நாட்டமே இல்லை. ஏனோ தானோ என்று வேலை செய்தான். ஆறு மாதங்களில் கட்டடம் கட்டி முடித்துவிட்டான். மன்னர் வந்து பார்த்துவிட்டு, "இவ்வளவுதானா, இன்னும் வேலைப்பாடு இருக்கிறதா?" என்று கேட்டார். "அவ்வளவுதான்! இனி செய்வதற்கு எதுவும் இல்லை" என்றான் தச்சன்.

மறுநாள், அவனை சபைக்கு வரச்சொன்ன மன்னர், அங்கு தச்சனைப் புகழ்ந்து பேசி, அவன் ஓய்வு பெறுவதை முன்னிட்டுத் தனது சன்மானமாக, அவன் புதிதாகக் கட்டிய வீட்டையே அவனுக்குப் பரிசாகத் தந்தார்.

தச்சனால் அந்த அதிர்ச்சியைத் தாங்க முடியவில்லை. தனது வீட்டைக் கட்டுகிறோம் என்று தெரிந்து இருந்தால், எவ்வளவு வேலைப்பாடு செய்து இருக்கலாம். எவ்வளவு கவனம் செலுத்தியிருக்கலாம் என்று மனதுக்குள்ளாகப் புலம்பிக் கொண்டான். என்ன செய்வது! தனது மனதில் இருந்த சலிப்புதான் இன்று அந்த வீடாகி இருக்கிறது. தனது

சொந்தக் காரியத்தைப் போல உழைத்தால் நிச்சயம் பலன் கிட்டியிருக்கும்; கை தவறவிட்டது தனது அக்கறையின்மைதான் என்று தச்சனுக்கு அன்று புரிந்தது.

தச்சனுக்குப் புரிந்த உண்மை நம்மில் பலருக்கும் இன்றுவரை புரியவில்லை. நாம் உதிர்க்கும் பல சொற்கள், அவை பயன்படும் இடத்தையும், நேரத்தையும், ஆளையும் பொறுத்து விலை மதிப்பிட முடியாததாகிவிடுகின்றன என்பதை நாம் மறந்து விடுகிறோம். சொல்லைப் பிரயோகிப்பது எளிது, உருவாக்குவது கடினம். உருவாக்கிப் பாருங்கள், அப்போது புரியும் சொல்லின் வலி!

□

7
அறிந்த ஊர்

"என்ன ஊரு இது...
மனுஷன் வாழ்வானா?"

சென்னை மாநகரில் ஒரு கோடிப் பேர் வசிக்கிறார்கள். இந்த எண்ணிக்கை நிமிடத்துக்கு நிமிடம் கூடி வருகிறது. தராசின் ஒரு பக்கம் எடை அதிகமாவதைப் போல் நகருக்கு வந்து சேருபவர்களின் எண்ணிக்கை அதிகமாகிக் கொண்டே இருக்கிறது. வெளியேறுபவர்களின் எண்ணிக்கை, மிகமிகக் குறைவு.

ஒரு ஊரில் வாழத் துவங்கும்போது, அந்த ஊரை நமது முகவரியாக மட்டுமே அடையாளப் படுத்திக் கொள்கிறோம். ஊரின் பழைமையுடன், அன்றாட பிரச்னைகளுடன், வளர்ச்சியுடன் நம்மைத் தொடர்புபடுத்திக் கொள்வதே இல்லை.

சென்னையில் வசிப்பவர்களில் எவ்வளவு பேர் இந்த நகரம் முழுவதையும் ஒரு முறையாவது பார்த்திருப்பார்கள்?

இந்த நகரில் எவ்வளவு மரங்கள் உள்ளன என்று எத்தனை பேருக்குத் தெரியும்? நாம்

குடிக்கும் தண்ணீர் எங்கிருந்து வருகிறது என்று ஒருமுறையாவது பார்த்திருக்கிறோமா?

'என்ன ஊர் இது... மனுஷன் வாழ்வானா?' என்ற கேள்வியை இன்று நகரம், கிராமம் என்கிற பேதமின்றி எல்லா ஊர்களிலும் கேட்க முடிகிறது. ஒருவேளை மனிதர்களை நிலவில் குடியேற்றுவது சாத்தியமானால் கூட, இந்தக் கேள்வி அங்கேயும் வந்துவிடும். உண்மையில் இது கேள்வி இல்லை. என்ன செய்வது என்று புரியாத நிர்க்கதி அல்லது சலிப்பில் ஏற்படும் வெளிப்பாடு.

கேள்வியைக் கேட்பவன், வசிப்பிடம் தன் கட்டுப்பாட்டுக்குள் இல்லை என்பதைச் சொல்ல விரும்புகிறான். அதோடு, வாழ்விடத்தின் குறைகளை நீக்கவேண்டியது தனது வேலை இல்லை என்றும் நம்புகிறான். பின் எதற்காக இந்தக் கேள்வி? இப்படிக் கேள்வி கேட்பதைத் தவிர, நகரின் மீதான அதிருப்தியை அவன் வேறு எப்படி வெளிப்படுத்த முடியும்?

எல்லா நகரங்களின் மீதும் கவலை மேகங்களும் புலம்பல் காற்றுமே கடந்து செல்கின்றன. நெருக்கடி, வாழ்விடத்தின் பிரிக்க முடியாத அம்சங்களில் ஒன்றாகிவிட்டது. ஊர்களின் மீது சலிப்பும் கோபமும் கொள்ளும் நாம், அதன் வளர்ச்சி குறித்து எப்போதாவது அக்கறைப்பட்டு இருக்கிறோமா? அல்லது, ஏதாவது சிறு நற்செயலாவது செய்திருக்கிறோமா?

எனக்குத் தெரிந்த ஆட்டோ ஓட்டுநரின் குடும்பம், கடன் காரர்கள் தொல்லை காரணமாக, வாடகைக்குக் குடியிருந்த வீட்டைவிட்டு வெளியேறிப் பகலில் நகரில் உள்ள பூங்காக்களில் தங்குவது, இரவில் கோயம்பேடு பேருந்து நிலையம் என்று மாறி மாறி அலைந்து திரிந்தது. அதிலும் அதிகாலை நாலு மணிக்கே பேருந்து நிலையத்திலிருந்து துரத்தப்பட்டுவிடுவார்கள். பாதி உறக்கத்தில் எங்கே போவது என்று தெரியாமல், கைக்குழந்தையோடு நடந்தே ஏதாவது ஒரு ரயில் நிலையம் சென்று பிளாட்பார பெஞ்ச்சில் சாய்ந்து கொள்வார்கள். துரத்தப்பட்ட எலி தட்டழிவதைப் போல நிம்மதியற்ற பிழைப்பு அது!

ஆட்டோ டிரைவரின் கையில் இருந்த டெலிபோன் டைரி ஒன்றுதான் அவர்கள் சென்னையில் வாழ்ந்து சம்பாதித்த

சொத்து. அதில் உள்ள ஒவ்வொரு எண்ணுக்கும் போன் செய்து ஏதாவது உதவி செய்ய முடியுமா என்று மென்று விழுங்கிக் கேட்டுக்கொண்டு இருந்தார்கள். அந்தப் பட்டியலில் என் பெயரும் இருந்தது.

ஒருநாள், என் வீடு தேடி அவரும் மனைவியும் கைக் குழந்தையுடன் வந்திருந்தார்கள். முதலில் சாப்பிடுங்கள் என்று சொல்லி உணவு தந்தபோது, அந்தப் பெண் பிடிவாதமாகச் சாப்பிட மறுத்தாள். "எதற்காக இப்படி இருக்கிறீர்கள்?" என்று கேட்டதும், "எனக்கு இந்த ஊரு வேணாங்க. வேறு எங்கனாச்சும் போயி பிழைச்சுக்கிடுறோம். நீங்க இவருக்கு எடுத்துச் சொல்லுங்க" என்று கண்ணீர் சிந்தினாள். அவனோ, "அது எப்படி முடியும்? இது நம்ம ஊரு... இந்த ஊரைவிட்டு எப்படிப் போறது?" என்று கோபித்துக் கொண்டான்.

படுக்க இடமின்றி, பேருந்து நிலையத்தில் படுத்துக் கிடக்கிறார்கள். சிறுநீர் கழிக்கக்கூட இடம் தேடி அலைந்து திரிய வேண்டிய நிலை. அப்படி இருந்தும் எப்படி இது தனது ஊர் என்று நம்புகிறான் எனப் புரியவில்லை.

"ஏன் இப்படி இருக்கிறாய்? வேறு எங்காவது போவதுதானே?" என்று சொல்லிப் பார்த்தேன். "நான் ஒருத்தன் மட்டுமா வீடு இல்லாம இருக்கேன்? என்னை மாதிரி எத்தினி ஆயிரம் பேர் பிளாட்ஃபாரத்தில் இருக்காங்க! இதைப் போயி பெரிசா எடுத்தா எப்பிடி சார்? ரெண்டு மாசம் போனா, பிரச்னை சரியாகிரும். நமக்கு நேரம் சரியில்லை... அதுக்கு ஊரு என்ன செய்யும்?" என்றான்.

அவனது தர்க்கத்தில் பாதி சரி, பாதி தவறு என்று தோன்றியது. மகுடிக்கு மயங்கும் பாம்பைப் போல் நகரின் ஏதோவொரு மர்ம இசை, யாவரையும் மயக்கிவைத்திருக்கிறதோ என்ற சந்தேகம் ஏற்பட்டது.

ஊரைப் பிரிந்து செல்கிற ஒவ்வொருவரின் பின்னாலும், வெளிப்படுத்தப்படாத மிகப்பெரிய சோகமும், யாரிடமும் பகிர்ந்து கொள்ளப்படாத கதையும் இருக்கிறது. அதுபோலவே ஒரு ஊரில் வேர் ஊன்றி வசிப்பது என்பதும் வெளியே தெரியாத நூறு நூறு வேதனைகளும் வலியும் அழுகையும்

நிரம்பியது. ஆண்களை விடவும் இதைப் பெண்கள் அதிகம் உணர்ந்திருக்கிறார்கள்.

எப்போதோ படித்த கதை ஒன்று நினைவுக்கு வருகிறது. டெல்லியில் குதிரை வண்டிக்காரன் ஒருவன் இருந்தான். அவன், கடவுள் தனக்கு எந்த அதிர்ஷ்டத்தையும் கொடுக்கவில்லை என்று புலம்பிக்கொண்டே இருந்தான்.

ஒருநாள், அவன் கனவில் ஒரு வீடு தென்பட்டது. அதன் வாசலில் ஒரு ஈச்ச மரம் இருந்தது. அருகில் ஒரு பெரிய மசூதி. அந்த மரத்தடியில் பானை நிறையத் தங்கம் புதைக்கப்பட்டு இருப்பது தெரிந்தது. அது எந்த ஊர் என்று மட்டும் தெரியவில்லை. எப்படியாவது அதைத் தேடிக் கண்டுபிடித்துவிடலாம் என்று ஒவ்வொரு ஊராகப் போய்க்கொண்டு இருந்தான்.

அதேபோல், பாக்தாத் நகரில் குடை ரிப்பேர் செய்பவன் ஒருவன் இருந்தான். அவனுக்கும் இதுபோல் ஒரு கனவு வந்தது. அதில் எங்கோ தொலைவில் ஒரு வீடு இருப்பதாகவும், அந்த வீட்டின் வாசலில் ஒரு வேப்ப மரம் இருப்பதாகவும், அதன் அடியில் ஒரு ஆட்டுக்குட்டி கட்டப்பட்டு இருப்பதாகவும் தெரிந்தது. ஆடு கட்டப்பட்டுள்ள இடத்தில் புதையல் இருப்பதை அவனும் கனவில் கண்டான். அதைத் தேடி பாக்தாத்திலிருந்து புறப்பட்டு அலைந்து கொண்டு இருந்தான்.

புதையல் தேடிய இருவரும் பல வருட காலத்துக்குப் பிறகு ஓர் இரவில் சத்திரம் ஒன்றில் தங்க வந்தபோது சந்தித்துக் கொண்டார்கள். பரஸ்பரம் அவரவர் கனவைப் பற்றிச் சொன்னதும் பாக்தாத்வாசி, "அட உன் கனவில் வந்தது பாக்தாத் நகரம். அங்கேதான் மசூதி அருகில் வீடு உள்ளது" என்றான். குதிரை வண்டிக்காரனும் ஆச்சர்யமாகி, "உன் கனவில் வந்த இடம் டெல்லி. அங்கிருந்துதான் நான் வருகிறேன்" என்றான். இருவரும் பரஸ்பரம் நன்றி தெரிவித்து, அவரவர் தேடும் இடத்துக்குப் போய்ச் சேர்ந்தார்கள்.

குதிரை வண்டிக்காரன் பாக்தாத்தில் ஈச்சமரம் உள்ள வீட்டைக் கண்டுபிடித்து, அது யாருடையது என்று கேட்டான். அது குடை ரிப்பேர் செய்யும் ஒருவனின் வீடு என்றும்,

அவன் திடீரென்று எங்கோ புறப்பட்டுப் போய் விட்டதால் வீடு காலியாகக் கிடப்பதாகவும் சொன்னார்கள். நல்லதாகப் போயிற்று என்று எண்ணியபடியே, அவன் ஈச்சமரத்தடியில் உள்ள புதையலைத் தேடி எடுத்துக் கொண்டான். டெல்லிக்கு வந்த குடை ரிப்பேர்காரனும் வேப்ப மரத்தடியில் உள்ள வீட்டைக் கண்டு பிடித்து, அது யாருடையது என்று விசாரிக்க, அது ஒரு குதிரை வண்டிக்காரனுடையது என்றும், அவன் எங்கே போனான் என்று யாருக்கும் தெரியாது என்றும் சொன்னார்கள். இவனும் உடனே வேப்ப மரத்தடியில் இருந்த தங்கத்தை எடுத்துக்கொண்டு, தனது நாடு திரும்ப ஆரம்பித்தான்.

இப்படி ஊர் சுற்றி புதையல் தேடி எடுத்து வரும்போது, வழிப்பறிக் கொள்ளையர்கள் அவர்களை மடக்கி புதையல்களைப் பறித்து, அடித்து உதைத்து வெறும் ஆளாக இருவரையும் அனுப்பிவைத்தார்கள். இருவரும் நடந்தே அவரவர் வீடு திரும்ப மேலும் ஏழு வருடங்கள் ஆயின.

வீடு வந்து சேர்ந்தபோதுதான் ஒரு உண்மை தெரிந்தது. அவரவர் வீட்டு வாசலிலேயே பெரிய புதையல் இருந்திருக்கிறது. அதைக் கவனிக்காமல் எங்கோ சுற்றி அலைந்து தேடியிருக்கிறோம் என்ற நிஜம் அவர்களுக்குப் புரிந்தது. இனி புலம்பி என்ன பிரயோஜனம் என்று தங்கள் விதியை நொந்து கொண்டார்கள் என்று முடிகிறது கதை.

இந்தக் கதை ஒவ்வொரு நகரவாசிக்கும் பொருந்தும். இக்கரைக்கு அக்கரைப் பச்சை என்பது போல், ஒரு நகரை விட்டு இன்னொரு பெரிய நகருக்குப் போய்விடும் சந்தர்ப்பத்துக்காக மக்கள் துடித்துக்கொண்டு இருக்கிறார்கள்.

உண்மையில் பெரிய பெரிய நகரங்களை நோக்கிச் செல்லச் செல்ல, பெரிய பெரிய பிரச்னைகளை நோக்கிச் செல்கிறோம் என்றுதான் பொருள்.

ஒரு ஊரில் நாம் வசிக்கும்போது, அந்த ஊரின் மீது நம்மால் இயன்ற அளவு குப்பைகளையும் கழிவுகளையும் கொட்டுகிறோம். தண்ணீரை, காற்றை, பூமியை எந்த அளவு மாசுபடுத்த முடியுமோ அந்த அளவு மாசுபடுத்துகிறோம். நாம் வசிக்கும் தெரு, நாம் வசிக்கும் நகரம் என்பதற்காக ஏதாவது நல்லது செய்திருக்கிறோமா என்ன?

அதிகாலை நேரங்களில் வீதிவீதியாக வரும் குப்பை லாரிகளைக் கவனித்திருக்கிறேன். ஒவ்வொரு நாளும் எவ்வளவு உணவுப் பொருட்கள், பிளாஸ்டிக் குப்பைகள், கழிவுகளைக் கொட்டித்தள்ளுகிறோம்! நகரம் ஒரு திறந்தவெளிக் கழிப்பறையைப் போலத்தான் அதிகம் பயன் படுகிறதோ என்று கூடத் தோன்றுகிறது.

நகரில் உள்ள மரங்கள், அநேகமாக இலை அசைப்பதே இல்லை. காரணம், மரம் முழுவதும் தூசியும் குப்பையும் படிந்து போயிருக்கிறது. பொது மருத்துவமனை ஒன்றின் உள்ளேயிருந்த மரங்களில் ஒன்று ரத்தக்கறை படிந்த துணிகளும், தூக்கி எறியப்பட்ட பஞ்சும் படிந்து, முற்றிய நோயாளியை விடவும் மோசமான நிலையில் காணப்படுகிறது. இதைவிட இயற்கையைச் சீரழிக்க வேறு என்ன வேண்டியிருக்கிறது?

பிளாட்ஃபாரங்களில், சாக்கடை ஓரங்களில் ஆயிரக்கணக்கான மனிதர்கள் வீடின்றி வாழ்கிறார்கள். எலி வளைகளைப் போல நூற்றுக்கணக்கான ஒண்டுக்குடித்தனங்களில் பெருமூச்சிட்டபடியே மனிதர்கள் வாழ்க்கையை ஓட்டுகிறார்கள்.

இன்னொரு பக்கம் கிராமங்களில் உள்ள வீடுகள், வீதிகள், வசிப்பவர்களின்றி காலியாகிக்கொண்டே இருக்கின்றன. எதற்காக வசிப்பிடத்தில் இத்தனை சிக்கல் வந்தது? எங்கிருந்து துவங்கியது இந்தத் தவறு? வசிப்பிடம் குறித்த நமது கவனமின்மை மற்றும் நெருக்கடி இன்றுள்ளதை விடவும் நாளை இன்னும் அதிகமாகக்கூடும்.

உண்மையில் ஊரும் வீடும் வேறு வேறில்லை. பிரச்னை வீட்டிலிருந்து கிளம்புவது போலவே, தீர்வும் வீட்டிலிருந்தே துவங்க வேண்டும். அதை விடுத்து வெறும் புலம்பல்கள் வாழ்விடத்தை வளமாக்கிவிடாது!

□

8

கற்பனையின் பூக்கள்

"எதுக்கெடுத்தாலும் பொய்யா?"

நம் அனைவருக்குள்ளும் கற்பனைத் திறன் இருக்கிறது என்பதற்கு ஒரே எடுத்துக்காட்டு, பொய் சொல்வதுதான்!

பொய் சொல்பவன், தன் கற்பனையைப் பயன்படுத்தத் துவங்குகிறான். சூழ்நிலைக்கு ஏற்ப அவன் மனம் கற்பனையான நிகழ்வை உருவாக்குகிறது. பொய்யின் வெற்றியே அதன் உடனடித் தன்மைதான். பொய்யின் விதைகளாக இருப்பவை, சொற்களே!

ஒத்திகை பார்த்துச் சொல்லப்படும் பொய்கள் பெரும்பாலும் பல் இளித்துவிடுகின்றன. மேஜிக் செய்பவன் வெறும் கையால் பூக்களை வரவழைப்பதைவிடவும், நினைத்த நேரத்தில் நினைத்த பொய்யைச் சொல்லி எதிராளியை நம்பவைப்பதுதான் பெரிய மேஜிக்!

உண்மை வெளியாவதற்குத்தான் பல வருட காலம் தேவைப்படுகிறது. பொய் எப்போதும் நம் நாக்கின் நுனியில் காத்திருக்கிறது. பல

வேளைகளில் நாம் சொன்ன பொய்கள், வேறு உருவம் கொண்டு நம்மிடமே திரும்பி வந்து சேர்கின்றன. உலகிலே அதிகம் பயன்படுத்தப்படும் பொருள், பொய். அதில் மொழி, தேசம், உயர்ந்தவர், தாழ்ந்தவர் என்ற பேதமில்லை. பொய் சொல்வதற்கு எந்த அளவும் இல்லை. வயதும் இல்லை.

சராசரியாக ஒரு மனிதன் தன் வாழ்நாளில் எவ்வளவு பொய் சொல்லியிருப்பான் என்று ஒருநாள் யோசித்துக்கொண்டு இருந்தேன். நினைக்கவே பயமாக இருந்தது. பொய் என்பது ஒரு ருசி. அது பால்ய வயதில் நமக்கு அறிமுகமாகிறது. பொய்யை மெய்யிலிருந்து வேறுபடுத்திப் பார்க்க முடியாத வயது என்பதால் பொய்யை அப்படியே நம்பிவிடுகிறோம். அது பொய் என்ற விவரம் தெரியத் துவங்கியதும், நாமும் ஆசை ஆசையாகப் பொய்களைச் சிருஷ்டிக்கத் துவங்குகிறோம்.

முதல் பொய்யை எப்போது சொன்னோம் என்று உங்களில் யாருக்காவது நினைவிருக்கிறதா? யார் உங்கள் பொய்யை நம்பிய முதல் நபர்? என்ன பொய் அது? எதற்காக இந்தக் கேள்வி என்றால் பொய்யின் சகல கோடி வகைகளையும் நாம் பிரயோகித்துப் பார்த்து, அற்ப வெற்றிகளும் பெரும்பான்மைத் தோல்விகளுமே அடைந்திருக்கிறோம். எப்படித் துவங்கியது நம் பொய் சொல்லும் பயிற்சி என்று பின்னோக்கிச் சென்று தெரிந்து கொள்ள முடியுமா என்பதற்காகத்தான் இந்தக் கேள்வி.

நாம் வளர வளர, நம்மோடு பொய்களும் வளர்கின்றன. சிறு வயதில் சொன்ன பொய்கள், இன்று கேள்விக்குரியவையாக இருக்கின்றன. உடல் வளர்ச்சிகூட குறிப்பிட்ட வயதுடன் நின்றுவிடுகிறது. பொய் வளர்வது, நிற்பதே இல்லை.

பொய்யை உண்டாக்கவும் பிரயோகிக்கவும் பயின்றவுடன், அதன் பெயரை மாற்றிக்கொள்கிறோம். சிலர் அதைத் திறமை என்கிறார்கள். சிலர் அதைச் சாதுர்யம் என்றும், சிலர் தொழில் தர்மம் என்றும் சொல்கிறார்கள். அவரவர் விருப்பத்துக்கேற்ப, பொய் புதிய பெயரும் பொலிவும் கொண்டுவிடுகிறது.

பொய் சொல்வது சரியா தவறா? முடிவற்ற இந்த விவாதம் காலங்காலமாகத் தொடர்கிறது. என் அவதானிப்பு, இந்த விவாதம் நோக்கியது அல்ல. மாறாக, எதற்காக ஒரு மனிதன்

பொய் சொல்கிறான்? எப்படி ஒரு பொய் உண்டாக்கப்படுகிறது? பொய் ஏன் இவ்வளவு கவர்ச்சியாக இருக்கிறது? பொய் சொல்லத் தயங்காத நாம், மற்றவர்களால் பொய் சொல்லி ஏமாற்றப்படும்போது மட்டும் ஏன் கோபப்படுகிறோம் என்பதைப் பற்றியது.

எல்லாப் பொய்களும் ஓர் இடைவெளியை உருவாக்குகிறது. தற்காலிகமான சந்தோஷத்தையும் தப்பித்தலையும் ஏற்படுத்துகிறது. நண்பரின் வீட்டுக்குச் சென்றிருந்தேன். ஹாலில் இருந்த டெலிபோன் மணி அடித்தது. நண்பரின் மகள் போனை எடுத்தாள். மறுமுனையில் யாரோ நண்பரைக் கேட்டார்கள். போனை ஒரு கையால் பொத்தியபடியே, அந்தச் சிறுமி, “அப்பா! நீ வீட்ல இருக்கியா, இல்லையா?” என்று கேட்டாள். நண்பர், “நான் வீட்ல இல்லையே” என்றதும், அந்தச் சிறுமி, “அப்பா வீட்ல இல்லை” என்று சொல்லிப் போனை வைத்து விட்டு, சிரித்தபடியே அருகில் வந்தாள். “சமர்த்துக் குட்டி” என்று நண்பர் தன் மகளைத் தூக்கிக் கொஞ்சினார். குழந்தை தன் உதட்டில் ஒட்டியிருந்த பொய்யின் மீதத்தைத் துடைத்தபடியே சிரித்தது.

மீன் எப்படி தன் குஞ்சுகளுக்கு நீந்தக் கற்றுத்தருவது அவசியமில்லையோ, அப்படி குழந்தைகள் பொய் சொல்வதற்குப் பெற்றோர் கற்றுத்தர வேண்டிய அவசியம் இன்றி, தானே அறிந்து கொண்டுவிடுகிறார்கள். பொய் என்று ஒன்று கண்டு பிடிக்கப்படாமல் இருந்தால், வாழ்வு சுவாரஸ்யமற்றுப் போயிருக்குமோ?

ரஷ்யாவின் உக்ரைன் பகுதியில் ஒரு கதை வழக்கத்தில் இருக்கிறது. உக்ரைனில், மிகையில் என்னும் ஒரு விவசாயி இருந்தான். அவனுக்கு ஒரு மகன். அவன் சோம்பேறியாகவும் சாப்பாட்டு ராமனாகவும் இருந்தான். மகனுக்கு ஒரு திறமையும் இல்லையே என்று மிகையில் கவலைப்பட்டான்.

ஒருநாள் அவனது கிராமத்துக்கு வந்த யாத்ரீகன், “நீ ஏன் வீணாகக் கவலைப்படுகிறாய்? உன் மகனுக்குப் பொய் சொல்லக் கற்றுக்கொடு. பிறகு, அவன் திறமைகள் தானே வளர்ந்துவிடும்” என்றான். “பொய் சொல்வதற்கு யாரிடம் பயிற்சி அளிப்பது?” என்று கேட்டான் மிகையில், “உன் ஊரில் அதிகம் பொய்

சொல்வது யார் என்று கண்டுபிடி. அவனிடம் சேர்த்துவிடு. தானாகப் பொய் சொல்லக் கற்றுக்கொண்டுவிடுவான்" என்று சொன்னான் யாத்ரீகன்.

விவசாயி தன் ஊரில் யார் அதிகம் பொய் சொல்வது என்று தேடினான். ஊரில் ஒரு குடிகாரன் இருந்தான். அவன் எந்த வேலையும் செய்யாமல், மக்களை மிரட்டி வாழ்ந்து வந்தான். அவன்தான் நிறையப் பொய் சொல்பவன் என்று தெரிந்து, அவனிடம் தன் மகனை ஒப்படைத்து, "இவனுக்குப் பொய் சொல்லக் கற்றுக்கொடுங்கள்" என்றான். "நான் சொல்லும் பொய்கள், பிழைப்புக்காகச் சொல்லக்கூடியவை. இந்த ஊரில் மிக அதிகம் பொய் சொல்பவன், கிராம நிர்வாகி. அவன் சொல்லும் பொய்களை ஊர்க்காரர்கள் அவ்வளவு பேரும் பல வருடங்களாக நம்பி வருகிறார்கள். அவனிடம் அழைத்துப் போ" என்றான் குடிகாரன்.

விவசாயி தன் மகனை கிராம நிர்வாகியிடம் அழைத்துப் போக, அவனோ, "நான் எம்மாத்திரம்! நாட்டின் மந்திரிதான் மிக அதிகம் பொய் சொல்பவர். அவர் சொல்கிற பொய்களை ராஜாவே நம்புகிறார் என்றால், பாரேன். ஆகவே, அவரிடம் அழைத்துப் போ!" என்றான்.

மகனை அழைத்துக் கொண்டு மந்திரியைக் காணச் சென்றான் விவசாயி. மந்திரியோ வெட்கத்துடன், "அப்படியெல்லாம் இல்லை. நாட்டிலே மிக அதிகம் பொய் சொல்பவர் ராஜாதான். அவர் சொல்லும் பொய்களை யாரும் சந்தேகப்படவும் முடியாது. அந்த பொய்கள் சட்டமாகவும் ஆகிவிடும். ஆகவே, உன் மகனை ராஜாவிடம் அழைத்துப் போ!" என்றார்.

ராஜா பெருமையோடு, "நான் பொய் சொல்வதில் பெரிய கில்லாடிதான். ஆனால் என் பொய்கள், என் தேசத்துடன் முடிந்துவிடக்கூடியவை. 'நான் செத்த பிறகு என்ன ஆவேன்? சொர்க்கம் எப்படியிருக்கும்? நரகம் எப்படியிருக்கும்?' என்றெல்லாம் தன் இஷ்டப்படி பொய் சொல்கிறாரே மதகுரு... அவர்தான் உலகிலேயே மிக அதிகம் பொய் சொல்பவர். ஆகவே, அவரிடம் உன் மகனை அழைத்துக்கொண்டு போ" என்றார்.

மதகுரு தன்னடக்கத்துடன், "எனக்குப் பொய் சொல்லும் திறமை கிடையாது. ஒரேயொரு பொய்யைத்தான் இவ்வளவு

வருஷமாகச் சொல்லிக்கொண்டு வருகிறேன். அதை வேண்டுமானால் உன் பையனுக்குக் கற்றுத் தருகிறேன்" என்று சொன்னார். விவசாயி சம்மதித்ததும், மதகுரு சொன்னார். "நான் சொல்வதெல்லாம் கடவுள் மீது சத்தியம்!"

இந்த ஒரு பொய் போதும், வாழ்நாளை ஓட்டுவதற்கு என்று விவசாயி சந்தோஷமாக ஏற்றுக்கொண்டான் என்று கதை முடிகிறது.

கடவுள் மீதான பயம்தான் இதுநாள் வரை பொய்யைக் கட்டுப்படுத்தி வைத்திருந்தது. பொய் சொன்னால் ஏதாவது நடக்கும் என்று மூதாதையர்கள் பயந்தார்கள். ஆனால், பூட்டைத் திறக்கப் பயன்படும் கள்ளச் சாவிகளைப் போல பொய்களும் செலவாணி செய்யக்கூடியவை என்று உணர்ந்த பிறகு, அந்தப் பயம் மெள்ள நம்மைவிட்டுப் போய்விட்டது.

இன்று குழந்தைகளிடம், "பொய் சொன்னா, உன் கண்ணை கடவுள் குத்திடுவார்" என்று சொன்னால், "நீ பொய் சொல்கிறாய்" என்று நம்மைக் கேலி செய்கிறார்கள். மெய், பொய் என்று பேதம் பிரிக்க முடியாதபடி, பொய் நம் வாழ்வில் கலந்து இருக்கிறது. உண்மைகளாக நாம் அறிந்து வைத்திருக்கும் பலவும் பொய்கள் கலந்தவைதான்!

அற்பப் பொய்கள் கண்டுபிடிக்கப்படுகின்றன. வரலாறு என்ற பெயரில் பதிவு செய்யப்பட்டுள்ள பொய்கள், மதத்தின் பெயரால் சொல்லப்பட்ட பொய்கள், பன்னாட்டு வணிக நிறுவனங்கள் சொல்லும் பொய்கள், அரசாட்சியின் பெயரால் நடைமுறைப்படுத்தப்படும் பொய்கள் யாவும் எந்த எதிர்ப்பும் இன்றி அங்கீகரிக்கப்பட்டு விடுகின்றன.

இன்று மூச்சுத் திணறுமளவு பொய்கள், பொது மேடைகளிலும், ஊடகங்களிலும் பொங்கி வழிகின்றன. பச்சோந்தியாவது தன்னை எதிரிகளிடமிருந்து மறைத்துக் கொள்வதற்குத்தான் நிறம் மாற்றிக்கொள்கிறது. நாமோ நம்மை அடையாளம் காட்டிக் கொள்வதற்குத்தான் அதிகம் பொய் சொல்கிறோம்.

பொய்யைத் தவிர்ப்பது இயலாது. ஆனால், பொய் சொல்ல வேண்டிய சந்தர்ப்பங்களைத் தவிர்ப்பது நம் கையில்தான்

இருக்கிறது. பொய்யைப் பொய் என்று ஒப்புக்கொள்ளும் தைரியம் நம்மிடம் இருக்கவேண்டும். அத்துடன், பொய்யை மெய்யாக்கக்கூடிய முயற்சியும் நம்மிடமிருந்தே உருவாகவேண்டும். இல்லாவிட்டால், விளையாட்டாகத் துவங்கிய பொய், சூதாட்டம் போல நம்மைப் பற்றிக்கொண்டுவிடும்.

பொய் சொல்லிச் சொல்லியே 'பினாசியோ' என்ற சிறுவனுக்கு மூக்கு மிக நீளமாக வளர்ந்துவிடுகிறது என்று ஒரு சிறுவர் கதை இருக்கிறது. அதுமட்டும் உண்மையாக மாறுமானால், நம்மில் ஒருவருக்கும் இயல்பான அளவு மூக்கு இருக்காது என்பதே உண்மை!

◻

9

மீதமிருக்கும் வலி

''வாய்விட்டு எப்படிங்க கேட்கிறது?''

உலகிலேயே இதுவரை எழுதப்படாத, ஆனால், கட்டாயம் எழுதப்பட வேண்டிய சரித்திரம், நாவின் சரித்திரமாகும்!

மனிதனின் நாக்கு எவ்வளவு முறை புரண்டிருக்கிறது, எவ்வளவு பேசியிருக்கிறது, எதையெல்லாம் ருசித்திருக்கிறது, எவ்வளவு இடங்களில் அமைதி காத்திருக்கிறது, எவ்வளவு பேரைக் காயப்படுத்தியிருக்கிறது என நாவின் சரித்திரமே நம் வாழ்வின் சரித்திரம்!

நயாகரா நீர்வீழ்ச்சி கீழே விழும் இடத்தைவிட, எவரெஸ்ட் சிகரத்தின் உச்சியைவிட, விழுந்தால் திரும்ப எழமுடியாத அபாயகரமான நுனி, நம் நாக்கின் நுனியே! சொல் கடக்க வேண்டிய எல்லைக்கோடும் நாக்கின் நுனிதான்!

ஒரு மனிதன் தன் வாழ்நாளில் சொல்லிய வார்த்தைகளைவிடவும், விழுங்கிய வார்த்தை களின் எண்ணிக்கை அதிகம். மனதில் தோன்றி நாக்கின் நுனி வரை வந்துவிட்ட

சொற்களை ஏதேதோ காரணங்களுக்காகத் திரும்பவும் மனதின் அடியாழத்துக்கே திருப்பி அனுப்பிவிடுகிறான். அப்படி அனுப்புகையில், தொண்டையில் வலி ஒன்று உருவாகிறது. எட்டிக் காயைத் தட்டித் தின்றது போன்ற கசப்பு உடலில் ஏறுகிறது. இதுநாள் வரை அறியாத சொல்லின் திரிபை உடல் அறிகிறது. ஒரு சொல்லைக்கூட நம் விருப்பப்படி வெளிப்படுத்த முடியவில்லை என்ற வேதனை உருவாகிறது.

தறியில் உள்ள ஓடம் அங்குமிங்கும் ஓடிக்கொண்டு இருப்பது போல, மனது சதா தன் நெசவை நெய்தபடியே இருக்கிறது. சொற்களாலும், சொல்லற்ற மௌனத்தாலும் மனம் தனக்குரிய வஸ்திரங்களைத் தானே நெய்து கொள்கிறது. ஆனால், தான் கொள்ளும் விசித்திரத்தை மனது அப்படியே வெளிக் காட்டுவதில்லை.

நமது தேவைகளில் பாதிக்கு மேல் நிறைவேறாமல் போவதற்கு நாமே காரணமாக இருக்கிறோம். நம்மால் எதையும் நேர்கொண்டு பேசமுடியவில்லை. நமது தேவைகளை நேரிடையாக வெளிப்படுத்த முடிவதில்லை. மாறாக, அதை இரண்டாம் நபரின் வழியாகவே, மூன்றாம் நபரின் சிபாரிசு வழியாகவே, முன்வைக்கிறோம். இதனால், ‘சம்பந்தப்பட்டவரே சும்மா இருக்கிறார். நீ ஏன் அவருக்கு வக்காலத்து வாங்குகிறாய்?’ என்று பெரும்பாலும் புறக்கணிக்கப்படும் நிலைமை ஏற்படுகிறது.

ஏன் நம்மால் நேராக எதையும் பேசமுடிவதில்லை? தனது விருப்பங்களைத் தானே கேட்பது தரக்குறைவானது என்ற எண்ணம் நெடுநாட்களாக நமக்குள் ஊறியிருக்கிறது. இன்னொன்று, நமக்கு உரியதுதானே கிட்டும் என்று பொய்யான நம்பிக்கை ஒன்றையும் சுமந்து திரிகிறோம்.

என் நண்பரும் இசை விமர்சகருமான ஷாஜியிடம் பேசிக்கொண்டு இருந்தபோது, அவர் சொன்னார்... “எம்.எஸ்.விஸ்வநாதன் எவ்வளவு பெரிய இசையமைப்பாளர்! தென்னிந்தியாவில் ஒவ்வொரு நாளும் எத்தனையோ லட்சம் பேர் அவர் பாடல்களைக் கேட்டு ரசிக்கிறார்கள். அவ்வளவு பெரிய இசைமேதைக்கு இதுவரை மிகப்பெரிய அங்கீகாரம் என்று எதுவுமே கிடைக்கவில்லை. தமிழ்த் திரையுலகின் இசை அரசனாக இருந்த எம்.எஸ்.விக்கு இன்றுவரை மாநில

அரசு விருதோ, தேசிய விருதோ கிடைத்தது கிடையாது. பத்மஸ்ரீ, பத்மபூஷண் போன்ற விருதுகள் எதற்கும் அவர் பெயர் பரிசீலனை செய்யப்பட்டதில்லை. திரையிசை சாதனை மட்டுமின்றி, தமிழ்த்தாய் வாழ்த்துக்கு இசை அமைத்தது போன்ற எண்ணிக்கையற்ற சாதனைகள் செய்துள்ள மனிதரையே நாம் தொலைவில் வைத்துதான் பார்த்துக்கொண்டு இருக்கிறோம். மக்களின் மனதில் நீங்காத இடம் கிடைத்துள்ள அங்கீகாரம் தவிர, வேறு விதங்களில் கௌரவப்படுத்தவோ, சிறப்புச் செய்யவோ நாம் மறந்து போனோம். அது சரி, அவராக வாய்விட்டுக் கேட்கவா முடியும்?" என்றார்.

பசிக்கிறது என்றால் வாய்விட்டுக் கேட்கலாம். ஆனால், செய்த பணிக்காக மரியாதையை எப்படி வாய்விட்டுக் கேட்பது?

நம் வாழ்வுடன் ஒன்று கலந்துவிட்ட கலைஞர்களை, நம் மொழியும் வாழ்வும் உயர்வுபெறப் பாடுபட்ட அறிஞர்களை, வல்லுநர்களை, மூத்தோர்களை அடையாளம் கண்டுகொண்டு கௌரவப்படுத்த வேண்டியது நமது அடிப்படைச் செயல்பாடு அல்லவா?

வாய்விட்டு எப்படிக் கேட்கிறது என்ற கேள்வியின் பின்னே அவிழ்க்க முடியாத சிடுக்குகள் கிளை கிளையாக உள்ளன. ஒன்று, மனத்தயக்கம் தொடர்பானது. மற்றது, தானே கேட்பது என்பது மரியாதையற்ற செயல் என்ற நினைப்பில் உருவாகிறது. மூன்றாவது, வாய்விட்டுக் கேட்டும் மறுத்துவிட்டால் என்ன செய்வது என்ற பயம். இப்படி எண்ணிக்கையற்ற முடிச்சுகள் இருக்கின்றன.

சந்தர்ப்பங்களுக்காகக் காத்திருந்து காத்திருந்து வயதானதுதான் மிச்சமேயன்றி, அவர்களால் தங்கள் மனதின் ஆதங்கத்தை வெளிப்படுத்த முடிந்ததே இல்லை. ஒரு மனிதன், இன்னொரு மனிதனிடம் பேசுவதற்கு எதற்கு இவ்வளவு அச்சம், தயக்கம், யோசனைகள்? மனிதத் துயரங்களில் முக்கியமானது, தனக்கு நியாயமாகக் கிடைக்க வேண்டிய ஒன்றைக் கேட்பதற்கு மனிதர்கள் தயங்குவது தான். அப்படித் தயங்குவதற்கு ஒவ்வொரு மனிதனும் ஒரு காரணத்தை ஏற்படுத்திக் கொள்கிறான்; அல்லது கலாசார, சமூகத் தடைகள் அவன் வாயை அடைத்து விடுகின்றன.

ஐந்து வயதில் நம் விருப்பங்களைச் சொல்ல முடிய வில்லை என்றால், காரணம் புரிகிறது. ஆனால், வயதான மனிதனும் கூட தன் விருப்பத்தை வெளியே சொல்ல முடியாமல் தவிக்கிறான் என்பதைத்தான் புரிந்து கொள்ள முடிவதில்லை.

சில வாரங்களுக்கு முன்பாக, படப்பிடிப்புத் தளமொன்றில் ஒருநாள் மதிய உணவு நேரம்... அறுபது வயது மதிக்கக்கூடிய ஒருவர் டிபன் கேரியரைக் கொண்டுவந்து பிரித்து வைத்துவிட்டு, வெளியே காத்திருப்பதாகச் சொல்லிச் சென்றார். படப்பிடிப்புக் குழுவினர் சாப்பிட்டு முடித்த பின்பு, அவர் உள்ளே வந்து காலி டிபன் கேரியரை சுத்தம் செய்துகொண்டு இருந்தார்.

சாப்பாடு நன்றாக இருந்தது என்று சொன்னதும், அவர் முகத்தில் மெல்லிய சந்தோஷம் தோன்றி மறைந்தது. கழுவிய பாத்திரங்களைத் துடைத்து அடுக்கியபடியே, "முப்பது வருஷமா இந்த வேலை பார்த்துட்டு இருக்கேன். ஒரு நாளைக்கு நாலு தடவை இந்த கேரியரை எடுத்துப் போய் டிபன், சாப்பாடு வாங்கிட்டு வர்றேன். கழுவி வைக்கிறேன். எனக்கு மூணாவது கை மாதிரி இந்த டிபன் கேரியர் மாறிப்போச்சு" என்றார்.

"வயதாகிவிட்டதே, அலைந்து திரியாத வேறு ஏதாவது வேலை செய்யலாமே?" என்று கேட்டதற்கு, "அதை நானா எப்படிங்க வாய்விட்டுக் கேட்கிறது? அவங்களுக்கா தெரியணும். அது ஏன் யாருக்குமே தெரியமாட்டேங்குது? இப்படி கேரியரைத் தூக்கிக்கிட்டு அலைஞ்சே சாகவேண்டியது என் விதி" என அலுத்துக் கொண்டார். என்ன சொல்வதெனத் தெரியாத மௌனம் இருவருக்குள்ளும் பீறிடத்துவங்கியது.

அவராகவே தன்னைப் பற்றி சொல்லத் துவங்கினார். "ஊர்ல படிப்பு வரலை... வேலை தேடி வந்தேன். எங்க மாமா இங்கே கொண்டுவந்து விட்டாரு. அப்பவும் இதே மெஸ் டிபார்ட்மென்ட் தான். சாப்பாடு எடுக்கப் போறவருக்கு ஒத்தாசையா போனேன். அப்படியே காலம் ஓடிருச்சு..."

வாழ்க்கையில் எந்த வேலையும் உயர்ந்தது, தாழ்ந்தது இல்லை. ஆனால், பிடிக்காத வேலையை எதற்காக ஒரு மனிதர் முப்பது வருடங்களாகச் செய்து கொண்டு இருக்கிறார்? குடும்பம், நிர்ப்பந்தம் என்று காரணங்கள் அவர் காலைச் சுற்றி இருந்தன

என்றாலும், என் வரையில் அவர் தன் வாய்திறந்து தன்னை வெளிப்படுத்திக்கொள்ளாததும் ஒரு முக்கியக் காரணம் என்பேன்.

நம் விருப்பங்கள் நிராகரிக்கப்படுவதைக்கூட ஏற்றுக்கொள்ள முடியும். ஆனால், விருப்பம் வெளிப்படாமலே மனதுக்குள்ளாக ஒளித்துவைக்கப்படுவதை ஏற்றுக்கொள்ளவே முடியாது.

அராபியக் கதையொன்று நினைவுக்கு வருகிறது. சலவைத் தொழிலாளி ஒருவனிடம் ஒரு கழுதை இருந்தது. அது பல வருடங்களாகச் சுமையைச் சுமந்து, கால்கள் நடுங்குமளவு நோவுற்றிருந்தது. முன்பு போல் அது தன் வேலைக்கு உதவுவதில்லை என, உரிமையாளன் அந்தக் கழுதைக்குத் தீனி போடாமல், எப்போதும் அடித்துக்கொண்டே இருந்தான்.

ஒரு நள்ளிரவு, கழுதை இனி தன் எஜமானன் தேவையில்லை என்று வீட்டிலிருந்து வெளியேறி, நடக்கத் துவங்கியது. தெருமுனைக்கு வந்தபோது, எந்தப் பக்கம் போவது என்று தெரியவில்லை. 'இதுநாள்வரை எஜமான் கூட்டிச் சென்ற பாதையில் நடந்து சென்றிருக்கிறோம். சாலைகள் பற்றியோ, வழியிலிருந்த கட்டடங்கள், மரங்கள், நீரூற்றுகள் எதைப் பற்றியும் கவனம் கொண்டதே இல்லை. நம் கவனம் முழுவதும் சுமை மீது மட்டுமே இருந்தது' என்று அதற்குப் புரிந்தது.

'ஐயையோ, இத்தனை வருஷம் இதே ஊரில் வாழ்ந்தும், எந்தத் தெரு எங்கே போகிறது எனத் தெரியவில்லையே' என்று நினைத்தபடியே நடந்தது. இருட்டில் வழியில் இருந்த கிணறு தெரியாமல், அதற்குள் விழுந்துவிட்டது. வெளியே வர முடியாமல் அது கத்தத் துவங்கியது.

மறுநாள் காலை, சலவைத் தொழிலாளி தன் கழுதையைத் தேடி கிணற்றுக்கு வந்து சேர்ந்தான். "இனிமேல் இந்தக் கழுதையால் பிரயோஜனமில்லை. கிணற்றை அப்படியே மண்ணைப் போட்டு மூடிவிடுங்கள்" என்று சொன்னான்.

உடனே ஊர் மக்கள் ஒன்று சேர்ந்து அங்கிருந்த மண்ணைக் கிணற்றுக்குள் தள்ளத் துவங்கினார்கள். தன் மீது புழுதியும் மண்ணும் சேர்ந்து விழுவதைக்கண்ட கழுதை

கோபம் கொண்டு கத்தியது. அதைக்கண்ட மக்கள் கழுதை படும்பாட்டை ரசித்தபடியே வேகவேகமாக மண்ணைக் கிணற்றில் தள்ளினார்கள்.

சட்டென கழுதை தன் கால்களை உதறத் துவங்கியது. மண்ணைப் போடப் போட கழுதை உடலை அசைத்து மேலே வரத்துவங்கியது. ஒரு நிலையில் கழுதை கிணற்றை விட்டு மேலே வந்தது. மக்கள் ஆச்சர்யத்துடன் பார்த்தபோது, "நம் மீது வீசப்படும் கல்லையும் மண்ணையும் புழுதியையும் கண்டு நாம் பயந்தால், வாழ்க்கை முடிந்துவிடும். அதைப் பயன்படுத்தியே மேலே செல்ல முயல்வதுதான் புத்திசாலித்தனம் என்பதைப் புரிந்து கொண்டேன்" என்றது கழுதை.

கழுதைக்குப் புரிந்த உண்மை, மனிதர்களில் பலருக்கும் இன்று வரை புரியவே இல்லை. கற்றுக்கொள்வதும் அதைப் பயன்படுத்தி வாழ்வை வளப்படுத்திக் கொள்வதும்தான் மனிதனின் தனித்துவங்கள். இன்று நமது பிரச்னையின் பெரும்பான்மை, நாம் கற்றுக்கொண்டதை மறந்து விட்டோம் என்பதிலிருந்தே துவங்குகிறது!

◻

10
பசித்த வேளை

"உன்னால் ஒரு வேளை சாப்பாடு போட முடியுமா?"

நாணயத்துக்கு இரண்டு பக்கம் இருப்பது போல, சில கேள்விகளுக்கும் இரண்டு பக்கங்கள் உண்டு. ஒன்று, கேள்வி நேரடியாக எதிர் கொள்ளும் வெளிப்பாடு; மற்றொன்று, கேள்வியின் பின்புலத்தில் உள்ள மனதின் துக்கம்.

'உன்னால் ஒரு வேளை சாப்பாடு போட முடியுமா?' என்ற கேள்வி நேரடியாக உணவளிப்ப தோடு தொடர்பு உடையது என்று வைத்துக் கொண்டால், மறைமுகமாக ஒரு மனிதன் அடுத்தவர் மீது கொள்ளும் அக்கறையோடு தொடர்பானது!

கேள்வியைத் திறந்து உள்ளே பார்த்தால், இரண்டு உண்மைகள் இருக்கின்றன. ஒன்று, ஒரு வேளை சாப்பாடு போடுவது அவ்வளவு எளிதானது இல்லை. மற்றொன்று, அடுத்தவர் மீது நாம் காட்டும் அக்கறை வெகுவாகக் குறைந்து போயிருக்கிறது. இந்த இரண்டுக்கும் நடுவில் ஊசலாடுகிறது கேள்வி.

ஒரு வேளை சாப்பாடு போடுவது ஏன் இவ்வளவு பிரச்னைக்கு உரியதாகியிருக்கிறது? தெரிந்தவரோ, தெரியாதவரோ எவராக இருந்தாலும் வீட்டுக்குச் சாப்பிட அழைப்பதற்கு முன்பு எண்ணிக்கையற்ற யோசனை கள், தயக்கங்கள் தோன்றி மறைகின்றன. சில வேளைகளில், நண்பர்களின் ஆசைக்காக அவர்களது வீட்டுக்குச் சாப்பிடச் சென்று, 'எதற்காக ஒரு ஆளைச் சாப்பிட அழைத்து வந்திருக்கிறாய்?' என்று கணவன் - மனைவிக்குள் சண்டை நடந்ததை நானே பலமுறை கண்டிருக்கிறேன்.

நண்பனாக இருந்தால் ஒரு காபியை பகிர்ந்து கொள்ளலாம். தெரியாதவராக இருந்தால் உரையாடல் மட்டுமே சாத்தியமானது. நீண்ட நாள் பழக்கம் இருந்து தவிர்க்க முடியாதபடி வீட்டுக்கு வந்துவிட்டால், நைச்சியமாகப் பேசி அவரை ஓட்டலுக்கு அழைத்துச் சென்று ஏதாவது வாங்கித் தந்து அனுப்பி வைப்பதைத் தவிர வேறு வழியில்லை. இப்படித்தான் இருக்கிறது இன்றைய வாழ்வு!

தண்ணீரில் ஊறிய பஞ்சுபோல குடும்பம் ஏன் இப்படிச் சுருங்கிப் போயிருக்கிறது? சாப்பாட்டைப் பகிர்ந்துகொள்வதற்கு உணவிருந்தால் மட்டும் போதாது; மனமும் தேவை. இன்று பெரும்பாலோரிடம் அந்த மனது சுருங்கிவிட்டிருக்கிறது. யோசித்துப் பாருங்கள், முகமறியாத யாரோ ஒரு நபருக்கு எப்போதாவது நீங்கள் உணவளித்திருக்கிறீர்களா? அல்லது, உங்கள் வீட்டுக்கு அழையாத விருந்தாளி வந்து எவ்வளவு காலமாகியிருக்கிறது?

கோயில்களிலும், பிளாட்ஃபாரங்களிலும், சாலையோர சுரங்கப் பாதையின் உள்ளும் பசித்த முகமும், ஏக்கம் நிரம்பிய கண்களுமாகக் காத்திருக்கும் ஆதரவற்றவர்கள், வயதானவர்களில் எவருடைய பசியைப் பற்றியாவது, எப்போதாவது நாம் யோசித்திருக்கிறோமா? உணவகங்களில் பரந்து பரந்து நம் பசியாற்றும் சர்வர்கள் எத்தனை மணிக்குத் தங்கள் பசியை ஆற்றிக்கொள்ளச் செல்கிறார்கள் என்று தெரியுமா?

பசி தாங்கமுடியாவிட்டால் குழந்தைகள் அழுது ஆர்ப்பாட்டம் செய்கின்றன. உடனே, அந்த அழுகை பசிக்கு உரியதைப் பெற்றுத் தந்துவிடுகிறது. ஆனால், பெரியவர்களின் பசி வெளியே சொல்ல

முடியாதது; மொழியற்றது. பசித்த வயிற்றைப் புறக்கணிப்பதைப் போன்ற அராஜகம் வேறு எதுவும் இல்லை.

வீட்டைப் பிரிந்து நகரில் தனித்து அலைந்த காலங்களில் தீபாவளி, பொங்கல் போன்ற பண்டிகை தினங்களில் உணவகங்களும் மூடப்பட்டுவிடும். அப்போது யாராவது ஒருவன் வீட்டுக்கு அழைத்துச் சாப்பாடு போடமாட்டானா என்று என் மனது ஏக்கம் கொள்ளும். ஒரு கோடி மக்கள் வசிக்கும் மாநகரில், மதியச் சாப்பாட்டுக்கு அழைக்க, ஒரு ஆள் கூட இருக்க மாட்டான். வாழைப் பழத்தையும் கடலை மிட்டாய் களையும் மதிய உணவாக்கிக்கொண்டு பல பண்டிகைகளை நான் கடந்து சென்றிருக்கிறேன்.

இன்றைக்கும் எத்தனையோ பேர் வேலைக்காகவும் படிப்புக்காகவும், மேன்ஷன் அறைகளில் தங்கி வாழ்ந்து கொண்டு இருக்கிறார்கள். அவர்களில் நமக்குத் தெரிந்த ஒரு சிலரை பண்டிகை நாட்களிலாவது அழைத்து உணவு தரலாம்தானே!

எல்லாக் குடும்பத்தின் சந்தோஷமும் சண்டையும் சாப்பாட்டிலிருந்துதான் துவங்குகிறது. அதுவும் ஞாயிற்றுக் கிழமைகளைச் சாப்பாடு தினம் என்றே சொல்லலாம். பரபரப்பான நகர வாழ்வின் நெருக்கடியிலிருந்து சற்றே ஓய்வு கொள்ளும் அந்த நாளைப் பரிமளிக்கவும் சந்தோஷம் கொள்ளவும் உள்ள ஒரே வழி சாப்பாடுதான்!

ஞாயிற்றுக் கிழமைகளில் சாப்பாடு சரியில்லாமல் போனால், ஏற்படும் சண்டை அன்றோடு முடிந்துவிடக்கூடியதில்லை. ஒரு வார காலம் நீளக்கூடியதாக இருக்கிறது. சாப்பாடு குறித்துக் கவலையும் சண்டையும் இல்லாத குடும்பங்களே இல்லை.

'ஒன்று, பசியால் சோற்றை வெல்ல வேண்டும்; அல்லது, சோற்றால் பசியை வெல்ல வேண்டும்' என்று தேவதச்சனின் கவிதை ஒன்று இருக்கிறது. இந்த இரண்டுமே சாத்தியமானதில்லை என்ற முரண்தான் வாழ்வின் மாற்ற முடியாத விதி.

சாப்பிடச் சென்று அவமானப்பட்டவர்கள் பட்டியல் ஒன்றைத் தயாரிப்போமானால் அதில் நம் எல்லோரது பெயர்களும் கட்டாயம் இடம் பெற்றிருக்கும். சில மாதங்களுக்கு

முன், மத்திய அரசின் உயரதிகாரியாக உள்ள நண்பர் ஒருவரிடம் பேசிக்கொண்டு இருந்தேன். அரசின் மிக முக்கிய பதவியும், தேவையான எல்லா வசதிகளும் கொண்டிருந்தபோதும், அவரது மனதில் 20 வயதில் தான் சாப்பாட்டுக்காகப் பட்ட வேதனைகள் மறையவேயில்லை. கடந்த காலத்தை பற்றி பேசப் பேச, அவர் முகம் மாறிக்கொண்டே இருந்தது.

"அப்போ சிதம்பரத்தில் படிச்சுட்டு இருந்தேன். பெரியப்பா வீட்டில் தங்கிச் சாப்பிடச் சொல்லி, விட்டுட்டு போயிட்டாங்க. நாலு வருஷம் அவங்க வீட்ல தங்கிப் படிச்சேன். ஒருநாள், ஒரு பொழுது கூட அவர்களோடு ஒண்ணா சேர்ந்து சாப்பிட்டதேயில்லை. எப்பவும் எனக்கு தனியா சாப்பாடு போட்டு சமையற்கட்டு ஓரத்தில் வெச்சிருப்பாங்க. நானா சாப்பிடணும். விக்கல் எடுத்தாக்கூட தண்ணி குடுக்க வரமாட்டாங்க.

அதுவும், லீவு நாள்னா எல்லோரும் சாப்பிட்டு முடிக்கும் வரை காத்திருக்கவேண்டும். பசிக்கிறது என்று வாயைத் திறந்து கேட்கவும் கூடாது. அதுபோல தட்டில் போட்டுவைத்த சாப்பாட்டுக்கு மேலாகக் கேட்டாலும் கிடைக்காது. பசி தீராத வயிற்றோடு எவ்வளவோ நாள் அழுதிருக்கேன். இதற்கு எங்காவது பிச்சை எடுத்துச் சாப்பிடலாமே என்றுகூடத் தோன்றும்.

சாப்பாட்டுக்காக அடுத்தவரைச் சார்ந்து இருப்பது போன்ற கொடுமை வேறு எதுவுமே இல்லை. அதுவும் உறவினர்களாக இருந்துவிட்டால் அவமானத்தை வெளியே சொல்லவும் முடியாது. வீட்டு நாயிடம் காட்டும் அக்கறையைக்கூட, அவர்கள் அண்டி வந்தவனிடம் காட்டினதில்லை.

படிப்புக்காகப் புத்தகத்தைத் திறந்தால், வலியில் மனசு புலம்ப ஆரம்பிச்சிடும். எத்தனையோ நாள் ஆத்திரத்தில் தெருவில் கிடக்கிற மண்ணை அள்ளித் தின்னிருக்கேன். அந்த அவமானமும் ஆத்திரமும்தான் என்னை இன்று இந்தப் பதவிக்குக் கொண்டு சேர்த்திருக்கிறது.

உடம்பில் அம்மைத் தழும்புகள் மறையாமலிருப்பது போன்று, இளவயது பசியால் ஏற்பட்ட அவமதிப்புகளின்

எஸ்.ராமகிருஷ்ணன்

வடுக்கள் இன்றும் மறையாமல் இருக்கின்றன. மனசோடு ஒரு வேளை சாப்பாடு போடுவதற்கு முடியாதபடி வாழ்ந்து என்ன பிரயோசனம்? சாப்பாடு போடுறதுக்கு மனசு வேண்டும். அது அழிஞ்சே போச்சு!

நீங்க கவனிச்சுப் பார்த்திருப்பீங்களானு தெரியலை... அந்தக் காலத்தில் தெருவில் 'அம்மா பசிக்குது... ஐயா பசிக்குது'னு யாசகம் கேட்டுப் பிச்சைக்காரங்க வந்து நிப்பாங்க. மிச்சம் மீதியானதை அவங்களுக்குச் சாப்பிடக் கொடுப்பாங்க. இப்போ எந்தப் பிச்சைக் காரனும் சாப்பாடு கேட்கிறதில்லை. மிச்சம் மீதி வைக்கிற அளவுக்கு வீட்ல சமையலும் நடக்கிறதில்லை."

சில நிமிஷம், அவரால் தொடர்ந்து பேசமுடியாதபடிக்குக் குரல் உடைபட்டுப் போனது. தலைகவிழ்ந்து மௌனத்தில் ஆழ்ந்து போனார். அப்போது எனக்குத் தோன்றியது. இந்த வலி தனிநபரின் வலி இல்லை. பல ஆயிரம் மனிதர்கள் இதே அவமானத்துக்கு உட்பட்டு இருக்கிறார்கள். வெளியே சொல்ல முடியாத அந்தத் துக்கம் மிக உண்மையானது!

சாப்பாடு போட்டு அவமதிப்பது ஒரு பக்கம் என்றால், இன்னொரு பக்கம் 'என்னாலே பசிக்கு சாப்பாடு எல்லாம் போட முடியாது. வேணும்னா காசு குடுத்துடறேன். நீங்க எங்கேயாவது போய், ஏதாவது வாங்கிச் சாப்பிட்டுக்கோங்க' என்று சொந்தப் பெற்றோரைக்கூட விலக்கிப் புறந்தள்ளும் மனிதர்கள் அதிகமாகிக் கொண்டே வருகிறார்கள். குடும்பம் இன்று சவப்பெட்டியைவிடவும் நிசப்தமும் புழுக்கமும் கொண்டதாகி வருகிறது.

முன்னொரு காலத்தில், சீனாவில் நடந்த நிகழ்ச்சி ஒன்று நினைவுக்கு வருகிறது. புதிய மன்னர் பதவியேற்கப் போவதையொட்டி, அரண்மனையில் அலங்கார வேலைப்பாடுகள் அமைக்கும் பணி நடைபெற்றுக்கொண்டு இருந்தது. நீண்ட நாட்களாகவே ஓர் ஓவியத்தின் பின்னால் ஒளிந்து கொண்டு இருந்த மரப்பல்லி ஒன்று இனி எங்கே போவது என்று தெரியாமல், அங்கு மிங்கும் ஓடி கட்டிலின் அடியில் போய் ஒட்டிக்கொண்டது.

கட்டிலில் வஸ்திர அலங்காரம் செய்ய வந்தவன், கவனக்குறைவால் பல்லியோடு சேர்த்து ஒரு ஆணியை

அடித்துவிட்டான். பல்லி வலிதாங்க முடியாமல் கத்தியபோதும், அது தன் இருப்பிடத்தை விட்டு நகரவே முடியவில்லை.

பல நாட்களாக அந்தப் பல்லி கத்திக்கொண்டு இருந்தது. யாரும் அதைக் கவனிக்கவேயில்லை. சில மாதங்களுக்குப் பிறகு, அரசர் கட்டிலின் திரைச்சீலையை மாற்றச் சொன்னபோது, ராணி தற்செயலாக கட்டிலின் அடியில் ஆணியில் அடிபட்டு ஒரு பல்லி மெலிந்து போய் ஒட்டிக்கொண்டு இருப்பதைக் கண்டு மன்னரிடம் காட்டினாள்.

மன்னர், "ஐயோ பாவம்!" என்றபடியே, எப்படி இந்தப் பல்லி இத்தனை நாட்களாக உயிரோடு இருந்தது என்று புரியாமல் பார்த்துக்கொண்டு இருந்தார். அப்போது உத்திரத்திலிருந்து இன்னொரு பல்லி இறங்கி வந்து, தன் வாயில் கவ்விக் கொண்டு வந்திருந்த இரையை, ஆணியில் மாட்டிக்கொண்டு இருந்த பல்லியின் வாயில் புகட்டிவிட்டுப் போவதைக் கண்டார்.

அவரால் நம்பவே முடியவில்லை! உயிருக்குப் போராடிய பல்லியை இன்னொரு பல்லி உணவளித்துக் காப்பாற்றி இருக்கிறது. இயற்கையில் ஒரு உயிரைக் காப்பாற்ற, பல்லிகூட தன்னால் ஆனதைச் செய்கிறது. மனிதராகிய நாமோ, அடுத்தவர் உணவைப் பறித்தும், அதிகாரம் செய்தும் வருகிறோமே என்று மனமாற்றம் கொண்டார் அந்த மன்னர் என்று சீன சரித்திர குறிப்பேடு சொல்கிறது.

நடந்தது உண்மைச் சம்பவமோ, கற்பனையோ எதுவாக இருப்பினும், உயிர்ப் போராட்டத்தில் ஒன்றையொன்று சார்ந்தும் உதவியும் பகிர்ந்தும் வாழ்வதுதான் இயற்கையின் அற்புதம். அந்த அக்கறையும் நேசமும்தான் மனிதனின் அடிப்படை உணர்வுகள்! இன்று நாம் மறுப்பது சாப்பாட்டை மட்டுமல்ல; சக மனிதன் மீதான நமது அக்கறையையும் தான்!

□

11
பெரிதினும் பெரிது கேள்

"வீட்ல சும்மாவே இருந்தா எப்படி?"

வேலை தேடுவது என்பது வெளியே தெரியாத ஒரு வலி!

தவிர்க்க இயலாமல் அந்த வலியை ஒவ்வொரு வரும் ஏதோவொரு வயதில் எதிர்கொள்கிறார்கள். கல்லூரி முடிக்கும் வரை வாழ்வு பற்றிய கனவுகளில் சிறகடிப்பவனின் கால்களை, திடீரென ஒரு முதலை கவ்வி தண்ணீருக்குள் இழுப்பது போன்று வாழ்வின் நெருக்கடிகள் இழுக்கத் துவங்குகின்றன.

சாப்பிடும் தட்டிலிருந்து முகம் பார்க்கும் கண்ணாடி, காபி டம்ளர் என்று ஒவ்வொன்றும் 'ஏன் வீட்ல சும்மா இருக்கிற?' என்று கேட்கிறது. தட்டில் போடப்படும் சாப்பாட்டை ருசித்துச் சாப்பிட முடியாமல் நாக்கு கசக்கிறது. யாராவது ஏதாவது பேசினால் கூட அது தன்னைப்பற்றித் தானோ என்ற எரிச்சல் வருகிறது. இதமாக இருந்த வீடு, திடீரெனப் பற்றி எரியும் காட்டைப் போல வெக்கை உமிழ்கிறது. கனவுகள்

சிதறடிக்கப்படுவதில் இருந்து தான் நம்மில் பலரது வாழ்க்கையும் துவங்குகிறதா?

பள்ளி நாட்களில், 'என்னவாகப் போகிறாய்?' என்று கேட்கும்போது டாக்டர், இன்ஜினீயர், கலெக்டர் என்று சொல்லி கைதட்டு வாங்கியபோது, வேலை கிடைப்பது அவ்வளவு எளிது என்றே தோன்றியது. ஆனால், படிப்பு முடியத் துவங்கிய நாளிலிருந்து, வேலை குறித்த அத்தனை சாத்தியங்களும் ஒவ்வொன்றாக உதிரத் துவங்கி, ஏதாவது ஒரு வேலை கிடைத்தால் போதும் என்றாகிவிடுகிறது.

இந்தக் கேள்வி வேலை தொடர்பானது மட்டுமல்ல. மாறாக வீடு, கல்லூரி, நண்பர்கள் என்று இயங்கிய வட்டத்துக்கு வெளியில் எப்படியிருக்கிறது வாழ்க்கை? அதை எப்படி எதிர்கொள்வது? நமக்கான தேவைகளை நாமே எப்படிப் பூர்த்தி செய்வது என்று கிளைவிடும் சவால்கள் இதற்குள் அடங்கியிருக்கின்றன.

வேலை தேடி அலையும் வயதில் அனைவருக்குமே உலகின் மீது கோபம் வரும். உலகம் அப்போது இரண்டாகப் பிளவுண்டு கிடக்கிறது. ஒன்று, வேலை பார்ப்பவர்கள்; மற்றது, வேலை கிடைக்காதவர்கள். இதில் வேலை பார்க்கிறவர்கள், வேலை தேடுபவர்களைப் பார்த்து அறிவுரைகள் மற்றும் ஆலோசனைகள் சொல்வதும் வேலை கிடைக்காதவன் அதைச் சகித்துக்கொள்வதும் காலம் காலமாக நடக்கிறது.

நேர்முகத் தேர்வுக்காகப் பயணம் போகும் நாட்களில் மனது, வேலை குறித்த கனவுகளில் ஆழ்வதைவிடவும், எப்படியாவது இதிலிருந்து தப்பிவிட முடியாதா என்று தோல்வி குறித்த பயத்தின் மீதே ஊஞ்சலாடுகிறது.

வேலை தேடுபவர்கள் எல்லோருக்குமே ஒருவிதமான முகபாவம் இருக்கிறது. அவர்கள் தன்னை வருத்திக்கொள்வதில் எப்போதுமே சிறு சந்தோஷம் கொள்கிறார்கள். ஒரு வேளை சாப்பிடாமல் விடுவது, தலை வாரிக்கொள்ளாமல் வெளியே கிளம்புவது, நண்பர்களைக் கண்டால் பேசாமல் போய்விடுவது என்று சிறுசிறு வெளிப்பாடுகளின் வழியே தன் மனதின் துக்கத்தை வெளிக் காட்டுகிறார்கள்.

வேலை தேடி சென்னைக்கு வந்த எனது நண்பர்களில் ஒருவன் கடற்கரைக்குப் போன போது, கடலைப் பார்க்காமல் எதிரே திரும்பி உட்கார்ந்திருந்தான். "கடலிடம் உனக்கு என்ன கோபம்?" என்று கேட்டபோது, "ஒவ்வொரு அலையும் என்னைப் பரிகாசம் செய்வது போலிருக்கிறது" என்றான். அதோடு, "கடலை ரசிக்குமளவு வாழ்க்கை இன்னமும் செட்டில் ஆகவில்லை" என்று ஆத்திரம் கொண்டான்.

எனக்குத் தெரிந்தவரை பெரும்பான்மையானவர்கள் வேலை தேடி நகரங்களுக்கு வந்து, நண்பர்களின் அறைகளில் தங்கிக் கொண்டு, பகல் நேரங்களை எப்படிக் கழிப்பது என்று தெரியாமல், தூசி படிந்த காற்றாடியின் இறக்கைகளை, மோட்டுவளையைப் பார்த்துக்கொண்டு இருக்கிறார்கள். வேலை கிடைக்காத நிலையை விட, தன்னைப் பற்றிய தாழ்வு மனப்பாங்கு கண்களில் வழியத் துவங்குகிறது. சிறு காரணங்களுக்குக்கூட சண்டையிடத் துவங்குகிறார்கள்.

இதில் வேலை தேடும் வயதைக் கடந்தும் வேலை கிடைக்காதவர்கள் பாடு மிகவும் துயரமானது. எனது நண்பன் அறையைப் பகிர்ந்து கொண்ட வேலை இல்லாத நண்பருக்குத் திருமணமாகி இரண்டு குழந்தைகள் இருந்தார்கள். அவர் மழிக்கப்படாத தாடியும் அயர்ன் செய்யாத சட்டையும் அணிந்தபடி அறையின் வாசலில் இருந்த முருங்கை மரத்தில் கம்பளிப் புழு ஊர்ந்து போவதைக் கவனித்தபடியே இருப்பார். சில நேரங்களில் அந்த கம்பளிப் புழு அளவுக்குக்கூடத் தனக்கு யோக்யதை இல்லை என்று புலம்புவார். வேலை தேடுவது தொடர்பாக அவருக்கு நடந்த கசப்பான அனுபவங்கள், அவர் மனதில் பொங்கி வழியும்.

வீட்டின் விருப்பத்துக்காகத் திருமணம் செய்து கொண்டதும், பெற்றோர்கள் அவருக்காக எதையும் சேர்த்து வைக்காததைப் பற்றியும் அவருக்குள் ஆத்திரம் இருந்தது. ஊரில் அவரது மனைவி மெழுகுவத்தி தயாரிக்கும் கம்பெனியில் வேலை செய்கிறாள். அது போல வேலை செய்வதற்குத் தான் படித்த எம்.ஏ., எம்.ஃபில்., தடையாக இருக்கிறது என்று சொல்லியபடி இருந்தார்.

ஒருநாள் அவர் அறை நண்பனின் சட்டைப் பையிலிருந்து புகைபிடிப்பதற்காக ஐந்து ரூபாய் எடுத்ததைக் கண்டுபிடித்துவிட, "ஒரு பீடி வாங்கக்கூட வக்கில்லாதவன் தான் நான். திருடி பீடி வாங்கிட்டேன். அது என்னோட தப்புதான்" என்று தன் தலையில் அடித்தபடியே அறையிலிருந்த ஒவ்வொருவர் காலிலும் விழுந்து மன்னிப்புக் கேட்டார்.

நண்பர்கள் அவரைச் சமாதானம் செய்தபோதும், அவரால் அந்த அவமானத்தைச் சகித்துக்கொள்ள முடியவில்லை. இரண்டு நாட்களுக்குப் பிறகு யாருமற்ற பகல் வேளையில் அவர் பூச்சிமருந்தைக் குடித்துவிட்டு நுரை தள்ளி இறந்துகிடந்ததைப் பார்த்தபோது, வேலையின்மை ஒரு மனிதனின் மனதை எந்த அளவு சிதைத்துவிடும் என்பதைக் கண்கூடாக உணர முடிந்தது.

அறை நண்பர்களில் ஒருவன் அவர் உடலைப் பார்த்துக் கதறி அழுதபடி, "வேலை கிடைக்கிற வரைக்கும் பிள்ளையைக்கூட தூக்கிக் கொஞ்சக் கூடாதுன்னு வைராக்கியமாக இருந்தார். எப்போதாவது என் பிள்ளையைத் தூக்கி ஒரு முத்தம் கொடுக்கிறதுக்காகவாவது ஒரு வேலை கிடைக்கணும்டான்னு சொல்வார்" என்று புலம்பினான்.

வாழ்வு எளிதானதில்லை என்று உணரச் செய்யும் இதுபோன்ற தருணங்கள், வேலை கிடைக்காதவர்களைக் காணும்போது மனதில் மெல்லிய நடுக்கத்தை உருவாக்குகிறது. அவர்களுக்கு உரிய வேலை கிடைக்கட்டும் என்று மனம் தானே பிரார்த்தனை செய்கிறது.

இவ்வளவு பெரிய உலகில் ஏதோவொரு வேலை இல்லாமல் போய் விட்டதா என்ற சந்தேகமும் கூடவே ஏற்படுகிறது. வேலையின் வழியாக மட்டுமே நம்மை அடையாளப்படுத்திக் கொள்கிறோம் என்பதுதான் இத்தனைக்கும் காரணமா?

வீட்டில் சும்மா இருப்பதற்கு உண்மையில் எந்த மனிதனும் விரும்புவதில்லை. ஆனால், சூழல் அவனை வெளியே செல்ல முடியாதபடி ஒடுக்கிவைத்திருக்கிறது. வாழ்வை எதிர் கொள்வதற்கான துணிச்சலை நம் கல்வி முறை கற்றுத் தருவதில்லை; மாறாக, அது கல்வியின் வழியாக பொற்காலம் உருவாகிவிடும் என்ற பொய்யான கற்பிதம் ஒன்றையே

உருவாக்குகிறது. அது கலையும் போது வாழ்வை நேரடியாக எதிர்கொள்ளும் துணிச்சல் நம்மிடம் இல்லை.

அஸ்ஸாமில் சாலைகளற்ற பிராந்தியங்களில் சுற்றியலைந்தபோது, அங்கேயுள்ள மலைவாழ் கிராமம் ஒன்றில் உள்ள சிறு பள்ளியில் தமிழ்நாட்டைச் சேர்ந்த ஓர் இளைஞன் ஆசிரியராக வேலை செய்வதைக் கண்டேன். ஆச்சர்யமாக இருந்தது. "இவ்வளவு ஆயிரம் மைல்கள் தாண்டி யாருமற்ற ஒரு வனப்பிரதேசத்தில் மலைவாழ் மக்களுக்குப் பாடம் கற்பிக்கும் ஆசை எப்படி வந்தது?" என்று கேட்டேன்.

அவன் "வேலை தேடி அலைந்து, ஒரு காலகட்டத்தில் அதிருப்தியுற்று இங்கே வந்தேன். வந்த பிறகுதான் தெரிந்தது, வேலை என்பது நாம் உண்டாக்கிக்கொள்ள வேண்டியது, தானே கிடைக்கக்கூடியது அல்ல என்று. இந்தப் பள்ளியை நானேதான் உருவாக்கினேன். இங்கே படிக்கிற பிள்ளைகள் தரும் உணவில்தான் எனது வாழ்க்கை ஓடுகிறது. முன்பு இருந்ததைவிடவும் நான் சந்தோஷமாகவே இருக்கிறேன்" என்றான். ஒரு வகையில் பார்த்தால் இருப்பிடத்திலே எல்லாமும் கிடைத்துவிட வேண்டும் என்ற மனப்பாங்கும் நம் வளர்ச்சிக்குத் தடையாக இருக்கிறதோ என்று தோன்றுகிறது.

பள்ளிப் புத்தகம் ஒன்றில் படித்த கதை ஒன்று நினைவுக்கு வருகிறது.

டெல்லி சுல்தான்களின் ஆட்சியில் ஒருநாள் அரபு நாட்டிலிருந்து ஒரு பண்டிதன் அரசனைக் காண வந்திருந்தான். அவன் மெத்தப் படித்தவன். வானவியல், கணிதம், விஞ்ஞானம், சாஸ்திரம் என்று எதைப் பற்றிப் பேசினாலும் அவன் பதில் சொல்வான். அவனை விருந்தினராக அரசர் தங்கவைத்து, அரண்மனையைச் சுற்றிக் காட்டியபோது மன்னரின் குதிரையைப் பார்த்து அவன் ஏளனமாக "இது என்ன குதிரை? குதிரை சாஸ்திரப்படி இது சரியான குதிரை இல்லை" என்றான்.

மன்னர் பயந்து போய், "நிஜமாகவா சொல்கிறாய்?" எனக் கேட்டார். உடனே அவன், குதிரை சாஸ்திரத்திலிருந்து பல முக்கிய விளக்கங்களை எடுத்துச் சொல்லி, "இதை நானே ஓட்டிப்

பார்த்து நிரூபிக்கிறேன்" என்று அதன் மீது ஏறினான். ஏறிய வேகத்தில் குதிரை அவனைக் கீழே தள்ளிவிட்டது. அவன் அடி பட்டு விழுந்தான்.

"இவ்வளவு பேசுகிற உனக்கு குதிரைச் சவாரி செய்யத் தெரியாதா?" என்று கேட்டார். அவன், *"அதைப் பற்றி புத்தகத்தில் தான் வாசித்திருக்கிறேன்"* என்றான். மன்னர் அவனைத் துரத்தி அனுப்பினார் என்கிறது கதை.

நமது கல்வி முறை குதிரை ஏற நேரடியாக கற்றுத்தரும் முறை அல்ல. புத்தகம் படித்துவிட்டு குதிரை ஓட்டும் முறையே. நமது வேலையின்மைக்கு முக்கியக் காரணம், கல்வி முறை என்றே தோன்றுகிறது.

◻

12
கண்ணாடி சொல்லாதது

"நான் அழகா இருக்கேனா?"

தண்ணீருக்குள் உள்ள மீன்கள் யாவும் மேற்பரப்புக்கு வருவது இல்லை. வெவ்வேறு ஆழங்களில், சூரியனின் முகம் காணாமல் மௌனமாக நீந்துபவை நிறைய. நம் மனதில் உள்ள கேள்விகளும் அப்படித்தான். எல்லாக் கேள்விகளும் உதட்டைத் தாண்டிவிடுவது இல்லை. பெரும்பான்மை, மனதின் ஆழத்துக்குள் நீந்தி மறைந்து விடுகின்றன.

'நான் அழகாக இருக்கிறேனா?' என்பது வெறும் கேள்வி அல்ல. அது ஓர் ஆதங்கம் மற்றும் சுய சந்தேகம் மீது உருவாவது. விடை கொடுக்காத இந்தக் கேள்வி மனதுக்குள் எப்போதும் வெளிப்படுத்த முடியாத துயரை உரு வாக்கி விடுகிறது. வேறு எந்தச் செயலையும் விட, ஆணும் பெண்ணும் தான் அழகாக இருப்பதாகக் காட்டிக்கொள்வதில்தான் அதிகம் ஈடுபாடு கொள்கிறார்கள்.

அழகாக இல்லை என்று யாரோ சொல்லிவிட்ட ஒரு வார்த்தை, முறிந்த முள்ளைப் போல நம்

உடலோடு தங்கிப் புரையோடிவிடுகிறது. 'நான் ஏன் அழகாக இல்லை? எப்படி அழகாக மாறுவது? எவ்வளவு சீக்கிரம் அழகாக முடியும்?' என்று அடுத்தடுத்த யோசனைகளும், அதைச் செயல்படுத்தும் முயற்சிகளும், அதில் உடனடி வெற்றி கிடைக்காமல் வலி கொள்ளும் தருணங்களும் எல்லோருக்கும் பொதுவானதே!

உண்மையில் நான் அழகாகத்தான் இருக்கிறேனா என்ற சந்தேகம் வரும்போது, நமக்கு இருக்கும் ஒரே துணை கண்ணாடிதான்! வேறு எந்த வயதையும்விட பதின்வயதில்தான் அதிகம் கண்ணாடி பார்க்கத் துவங்குகிறோம். அது ஒருவிதமான உரையாடல் என்றுகூட சொல்லலாம். கண்ணாடியில் தெரியும் நம் உருவத்துடன் பேசத் துவங்குகிறோம். கண் ஏன் இப்படி இருக்கிறது, உதடு ஏன் உலர்ந்திருக்கிறது, கேசம் ஏன் கலைந்து கிடக்கிறது என்று உடலை உற்றுநோக்கத் துவங்குகிறோம்.

கண்ணாடி பதில் சொல்லாது. அதன் மௌனத்தைப் பல நேரங்களில் சகித்துக் கொள்ள முடியாது. ஆனாலும், கண்ணாடியிடம் கோபித்துக்கொள்ள முடியாது. அது ஒன்றுதானே நம்மை நமக்குக் காட்டும் துணை!

அழகு, கண்ணாடியில் இல்லை; காண்பவரின் கண்களில்தான் இருக்கிறது என்று புரியத் துவங்கும்போது, அழகின் மீதான அக்கறையைக் கடந்த வயதுக்குள் வந்துவிடுகிறோம். அப்போது மனிதர்களைவிடவும் இயற்கை மிக அற்புதமானது என்று நமக்குப் புரிகிறது.

எனக்குத் தெரிந்த மருத்துவர் ஒருவரின் தாயார், சமீபத்தில் உடல்நலக் குறைவால் இறந்துபோனார். "என் தாய் மிகவும் நேசித்த பொருட்களில் ஒன்றை உங்களிடம் காட்ட வேண்டும்" என்று மருத்துவர் அழைத்தார். வீட்டில் உள்ள பழைய மர பீரோவைத் திறந்து, மூங்கில் பெட்டி ஒன்றை எடுத்து வந்து, திறந்து காட்டினார். உள்ளே கற்றை கற்றையாகத் தலைமயிர்!

"என் அம்மாவுக்கு இளவயதில் நிறைய கேசம் இருந்தது. தனது அழகே கேசத்தில் தான் இருக்கிறது என்று மகிழ்ந்து, அதைப் பராமரிப்பதற்காக அதிக கவனம் எடுத்துக்கொள்வார். ஆனால், அப்பாவுக்கோ அம்மாவின் கேசம் பிடிக்காது.

ஒருநாள், சாப்பாட்டில் தலைமயிர் கிடக்க, ஆத்திரமான அப்பா, கத்தரிக்கோலால் அம்மாவின் கேசத்தில் பாதிக்கும் மேலாக வெட்டிவிட்டார். அப்படி வெட்டிப் போட்ட கேசம்தான் இது. அம்மா இதை அப்படியே பத்திரமாக எடுத்து வைத்திருந்தார்.

அதன் பிறகு கேசம் வளரும்போதெல்லாம், அம்மா தானே வெட்டிப் போட்டுவிடுவார். எப்போதாவது சில வேளையில் அம்மா இந்தப் பெட்டியை எடுத்து, கேசத்தை உற்றுப் பார்த்தபடியே இருப்பார். சில சமயம் தொட்டுப் பார்ப்பார். அப்போது அவரது முகத்தில் வெளியே சொல்ல முடியாத வேதனை படிந்திருப்பதைக் கவனித்திருக்கிறேன். தன் வாழ்நாளில், உதிர்ந்த தலைமயிர் எதையும் அம்மா வெளியே போட்டதே இல்லை. அதை அப்படியே சீப்பிலிருந்து எடுத்துச் சுருட்டி, பழைய பை ஒன்றில் போட்டு வைத்திருந்தார். அப்பாவைப் பழிவாங்குவதற்காகவே அப்படிச் செய்தார் என்று நினைக்கிறேன்.

சாவதற்கு இரண்டு நாளைக்கு முன் அம்மா என்னை அழைத்து, 'நான் அழகா இருக்கிறது உங்கப்பாவுக்கு ஏன்டா பிடிக்கலை? அப்படி என்னடா நான் தப்பு பண்ணிட்டேன்? தலைமயிரை வெச்சுக்கக்கூட எனக்கு உரிமையில்லையா?' என்று கேட்டார். என்னால் பதில் சொல்ல முடியவில்லை. என்றோ நடந்து முடிந்த சம்பவத்தின் எதிரொலி, தொண்டையை வலிக்கச் செய்தது" என்று கரகரத்த மருத்துவர், மௌனமானார்.

பிறகு தன்னை உணர்ந்தவரைப் போல, "அம்மா இறந்துட்ட பிறகு இப்போ இதை என்ன செய்றதுன்னு தெரியலை" என்றார். என்ன பதில் சொல்வது என்று எனக்கும் தெரியவில்லை. முகம் காணாத அவரது தாய், அந்தக் கேசத்தின் உருக்கொண்டு முன்னால் வந்தது போலிருந்தது.

வாழ்க்கை நாடகத்தில் அழகாக இல்லாமல் இருப்பது எவ்வளவு பிரச்னைகளையும் வலியையும் உருவாக்குகிறதோ, அதற்கு இணையாகவே அழகாக இருப்பதாலும் பிரச்னைகள் ஏற்படுகின்றன போலும்!

அழகாக இருப்பதென்பது அவரவர் உடல் நலமும், மனமும், தருணங்களையும் பொறுத்தது. அதைப் புரிந்துகொள்ளாமல்

ஒப்பனையும், அலங்காரமும், ஆடையும் மட்டுமே அழகை உருவாக்கிவிடும் என்பதில் எனக்கு நம்பிக்கை இல்லை.

தான் அழகாக இல்லை என்ற எண்ணம் நம்மில் பெரும்பாலோருக்கு இருக்கிறது. உண்மையில் ஒவ்வொருவரும் ஒரு தனித்துவமான அழகுடன்தான் இருக்கிறோம். அதை நாம் உணர்வ தில்லை. அழகைப் பற்றிய நமது மதிப்பீடுகளில் பெரும்பான்மை, அர்த்தமற்றவை.

அழகு, தோற்றத்துடன் மட்டும் சம்பந்தம் உடையதல்ல; பெரிதும் மனதோடு சம்பந்தப்பட்டது. அன்பும், நட்பும், அடுத்தவர் மீதான அக்கறையும், எதையும் பகிர்ந்துகொள்ளக்கூடிய பக்குவமும் உள்ள யாவரும் அழகானவர்களே! சில தருணங்களில் இயல்பாக வெளிப்படும் அழகுக்கு நிகர் எதுவுமே இல்லை.

எனது தெருவில், மழைநாள் ஒன்றில் ஒரு குடைக்குள்ளாக வயதானவர் ஒருவர், இரண்டு பெண்கள், ஒரு சிறுமி என ஒரே குடும்பத்து மனிதர்களைப் போலிருந்த நான்கு பேர் ஒண்டிக்கொண்டு நனையாமல் நடந்து போய்க்கொண்டு இருந்தார்கள். மழையைத் தவிர, வேறு எந்த சந்தர்ப்பமும் அவர்களை இந்த அளவு நெருக்கமாகவும் இணக்கமாகவும் ஆக்கியிருக்காது. ஒன்று போல் பாதத்தை முன்னெடுத்து வைத்து, அவர்கள் வீதியில் போனார்கள்.

காற்றோடு மழை வேகமாகியபோது, அவர்கள் கையில் இருந்த குடை காற்றில் பறக்க முயன்று, மழையின் சாரல் முகத்தில் அடித்தது. ஈரமான முகங்களுடன் அவர்கள் ஒருவரையொருவர் பார்த்துச் சிரித்தனர். அந்த ஒரு கணம் அவர்களிடம் இருந்த வெட்கம் கலந்த அழகைப் போன்ற ஒன்றை இதுவரை வேறு எங்கும் நான் கண்டதே இல்லை. மழையின் ஈரம் படிந்த முகங்கள், மெல்லிய புன்னகை, நனைந்து கலைந்த கேசம், அத்தனையும் மீறி காற்றையும் சாரலையும் நேசிக்கும் மனது என அவர்களின் அழகு காலம் கடந்தும் அழியாத சித்திரமாக என் மனதில் தங்கியிருக்கிறது.

இதுபோல வாழ்வில் எத்தனையோ நிமிடங்களில், மனிதர்கள் சொல்லமுடியாத பேரழகுடன் இருப்பதைக் கண்டிருக்கிறேன். மனிதர்களை அழகாக்குவது அவர்கள் செய்யும் காரியங்களும்,

சில கணங்களும்தான். அது தெரியாமல் அழகு என்பதைப் பற்றிய நமது பொதுப் புத்திதான் நமக்குத் தடையாக இருக்கிறது.

இந்தியாவுக்கு வருகை தந்த அமெரிக்கத் திரைப்பட இயக்குநர் மார்ட்டின் ஸ்கார்சசியிடம், "இந்தியாவில் நீங்கள் பார்த்து வியந்ததில் மிக அழகானது எது?" என்று கேட்டதற்கு, அவர் சற்றும் யோசிக்காமல் சொன்ன பதில்... "மதர் தெரசா".

தாஜ்மகால் போன்ற நினைவுச் சின்னங்கள் நம்மை ஆச்சர்யப்பட வைக்கின்றன; ரசிக்க வைக்கின்றன. ஆனால், அவை நமக்கு எதையும் கற்றுத்தருவது இல்லை. அன்னை தெரசா தனது செயல்களின் மூலம் மனிதர்களை நெருக்கம் கொள்ள வைப்பதோடு, சக மனிதன் மீது அக்கறை கொள்ளக் கற்றுத் தந்திருக்கிறார். அதுதானே உண்மையான அழகு!

ஒரியப் பழங்குடி மக்களிடம் ஒரு கதை இருக்கிறது. ஒரு காலத்தில் நிறங்கள் தங்களுக்குள் எது சிறந்தது என்று சண்டையிட்டுக்கொண்டன. பச்சை நிறம், "தான் வளர்ச்சியின் அடையாளம். மரம், செடி, கொடி, புல் என யாவும் பசுமை நிறத்தில் இருப்பதால்தான் சிறப்பாக உள்ளது. அதனால் நானே சிறந்தவன்" என்றது.

நீல நிறமோ, "நீ பூமியை மட்டும் வைத்துக்கொண்டு பேசுகிறாய். ஆகாயத்தையும் கடலையும் உற்றுப் பார். எங்கும் நீலமாகத்தானே இருக்கிறது. அதனால் நானே சிறந்தவன்" என்றது. உடனே மஞ்சள் நிறம் சிரித்தபடியே, "சூரியன், சந்திரன் யாவும் மஞ்சள் நிறமானது. மஞ்சள் நம்பிக்கையின் நிறம். ஆகவே நானே சிறந்தவன்" என்றது. அதைக் கேட்ட சிவப்பு நிறம், "நீங்கள் முட்டாள்கள். உலகிலேயே மிகச் சிறந்த நிறம் சிவப்புதான். காரணம், உடலில் ஓடும் ரத்தம் சிவப்புதானே? நான் தைரியத்தின் அடையாளம். ஆகவே நானே சிறந்தவன்" என்றது. இப்படியே ஒவ்வொரு நிறமும் சண்டை இட்டுக் கொண்டன.

அப்போது வானில் திடீரென பலத்த சத்தத்துடன் இடியோடு மழை பெய்யத் துவங்கியது. நிறங்கள் என்ன செய்வது என்று தெரியாமல் ஒன்றையொன்று கட்டிக்கொண்டு

நெருங்கிக்கொண்டன. உடனே ஏழு நிறத்தில் ஒரு வானவில் உண்டானது. அதைக் கண்ட நிறங்கள் ஆச்சர்யம் கொண்டன.

வானிலிருந்து ஒரு குரல் சொன்னது... "ஒவ்வொரு நிறமும் அதனதன் வழியில் தனித்துவமானதுதான். அத்தனையும்விட அழகானது இப்படி ஒன்றாக இருக்கும்போது உருவாகும் வானவில் நிறம்தான்" என்றது. அபோதுதான் நிறங்களுக்குத் தங்களைப் பற்றிய நிஜம் புரிந்தது என்கிறது கதை.

"இருட்டில் ரோஜா என்ன நிறத்தில் இருக்கிறது?" என்று கேட்டார் ராமகிருஷ்ண பரமஹம்சர். அந்தக் கேள்விதான் அழகு என்றால் என்ன என்பதற்கான பதிலாக இன்று வரை இருக்கிறது!

◻

13
உடலுக்கு அப்பால்

"எனக்குனு யாரு இருக்கிறா?"

வேறு எப்போதையும் விட நோயுறும் போதுதான் மனதில் அதிகக் கேள்விகள் பிறக்கின்றன. வீடு கற்றுத்தர மறந்ததை, மருத்துவ மனைப் படுக்கை கற்றுத்தந்து விடுகிறது. புத்தனுக்குப் போதி மரத்தடியில் ஞானம் வந்ததைப் போல், பலருக்கும் வாழ்வின் அருமையும், யார் நமக்கு நெருக்கமானவர்கள், யார் நம்மைப் பயன்படுத்திக்கொண்டவர்கள் என்றும் நோயுறும்போதுதான் தெரியத் தொடங்குகிறது.

உடல்குறித்தநமதுகவனம்மிகஅலட்சியமானது. அன்றாடம் பயன்படுத்தும் ஒரு சைக்கிளுக்குத் தரும் முக்கியத்துவத்தைக்கூட நமது உடலுக்கு நாம் தருவதில்லை. இயல்பாக இருக்கும்போது உடலின் அற்புதம் நமக்குப் புரிவதே இல்லை.

வலியின் முன்னால் வயதோ, பணமோ, பேரோ, புகழோ எதுவும் இருப்பதில்லை. வலி, மனிதனை உண்மைக்கு மிக நெருக்கமாக்குகிறது. தன்னைப் பற்றிக்கொண்டு இருந்த அத்தனைப்

பெருமிதங்களையும் ஒரே நிமிஷத்தில் கரைத்து அழித்துவிடுகிறது. நோய் ஒரு வகையில் நம் உடலை மட்டுமல்ல; ஆன்மாவையும் தூய்மைப் படுத்துகிறது.

உடல் நோயுறும்போது மனதில் தோன்றும் முதல் கேள்வி, 'எனக்குன்னு யாரு இருக்கா?' என்பதுதான். மற்ற எந்த நேரங்களையும்விட சக மனிதனின் நெருக்கமும் அன்பும் அரவணைப்பும் மிகத் தேவையாக உள்ள தருணம் அதுதான்!

10 வயதில் காய்ச்சல் காண்பதற்கும் 30 வயதில் காய்ச்சலில் படுப்பதற்கும் வித்தியாசம் இருக்கிறது. 10 வயதில் காய்ச்சல் கண்டால், மற்ற எல்லோருக்கும் வருவது போல் தனக்கும் காய்ச்சல் வந்திருக்கிறது என்று எண்ணத் தோன்றுகிறது. ஆனால், 30 வயதிலோ, 'எனக்கு எப்படிக் காய்ச்சல் வந்தது? எத்தனை நாளில் சரியாகும்? ஒருவேளை சரியாகாமல் போனால் என்ன செய்வது?' என்று சந்தேகங்களும் கேள்விகளும் நீரூற்றைப் போல பொங்கி வழியத் தொடங்குகின்றன.

அதைவிட, திடீரென உலகின் இயக்கத்திலிருந்து தான் துண்டிக்கப்பட்டுவிட்டதைப் போலவும், இப்படியே சில நாட்கள் கடந்து போனால் தன்னை உலகம் அடியோடு மறந்துவிடும் என்பது போலவும் நோயாளி நினைக்கத் தொடங்குகிறான்.

உலகிலேயே மிகப் புரிந்துகொள்ள முடியாதது நோயாளிகளின் கோபம். உண்மையில், அவனது கோபம் மனிதர்களிடம் இல்லை. தன் உடலுக்குள் நடக்கும் புரியாத மாற்றங்களின் மீதான கோபத்தை அவன் தனக்கு நெருக்கமான மனிதர்களின் மீது காட்டுகிறான்.

மனைவியும் குழந்தைகளும் சகோதரர்களும் தான் படுக்கையில் கிடக்கும்போது இயல்பாகக் குளித்து, சாப்பிட்டு, காபி குடித்து தன் நாட்களைக் கழிக்கிறார்களே என்ற ஆத்திரம் பொங்கி வருகிறது. தனக்காக மற்றவர்கள் வருத்திக்கொள்ள வேண்டும் என்று நோயாளி ஆசைப்படுகிறான்.

நோயுறும்போது ஆணுக்குக் கிடைக்கும் அன்பும் அக்கறையும் பெண்ணுக்குக் கிடைப்பதில்லை. பெண் நோயுறும் குடும்பங்களில் அது தேவையற்ற ஒரு பிரச்னை என்றே கருதப்படுகிறது.

மனைவியோ, சகோதரியோ நோயுற்ற நேரங்களில் உடன் இருந்து அக்கறையோடு கவனித்துக் கொள்ளும் ஆண்கள் மிக சொற்பமானவர்களே!

நோய், நம் வயதை வேறு எந்த சந்தர்ப்பத்தையும்விடத் துல்லியமாக அடையாளம் காட்டிவிடுகிறது. அழுவதற்கு வயது தடையாக இருப்பதை நோயாளி பல நேரங்களில் உணர்கிறான். ஆனால், வயதை மீறி உடல் தன் இயல்பில் உணர்ச்சிகளை வெளிப்படுத்தத் துவங்கிவிடுகிறது. நோயாளியின் அழுகை, வலியால் மட்டும் ஏற்படக்கூடியதல்ல!

சில ஆண்டுகளுக்கு முன், சைதாப்பேட்டையிலிருந்த ஒரு நண்பனைக் காணச் சென்றபோது, அவனது அறைக் கதவு பாதி சாத்தப்பட்டு இருந்தது. கதவை தள்ளித் திறந்தபோது, ஜன்னலை ஒட்டி ஒரு பாயை விரித்து ஒரு ஆள் அழுக்கான வேஷ்டியை மூடிப் படுத்துக்கிடப்பது தெரிந்தது. அருகில் சென்று பார்த்தும், அவர் யார் என்று தெரியவில்லை.

பாய் முழுவதும் வாந்தி எடுக்கப்பட்டு, அதிலேயே அவர் படுத்துக்கிடப்பது தெரிந்தது. தலையணையில் எச்சில் உறைந்திருந்தது. ஏதோ உடல் நலமில்லை என்பது பார்த்த நிமிஷத்திலேயே தெரிந்தது. அவரை எழுப்பி உட்காரவைத்தேன். மஞ்சள் பூத்த கண்களோடு, மிக மெலிதான குரலில், "ஒரு டீ வாங்கித்தர முடியுமா?" என்று கேட்டார்.

அருகிலிருந்த கடையில் டீ வாங்கி வந்து தந்தேன். அவரால் குடிக்க முடியவில்லை. உட்கார்ந்த நிலையில் வாந்தி எடுத்தார். அடிவயிறு பிடித்துக் கொண்டது போல், அவரது கண்கள் பிதுங்கின. வலியில் அவர் புலம்பினார். அப்போதுதான் கவனித்தேன், அவர் படுத்திருந்த பாய் முழுவதும் மஞ்சளாகி யிருந்தது. அவரது உள்ளங்கையில் கூட மஞ்சள் படர்ந்திருந்தது.

மஞ்சள்காமாலை கண்டிருப்பது புரிந்தது. உடனே, அவரைப் பொது மருத்துவமனைக்கு அழைத்துப் போய்ச் சேர்த்துவிட்டு, அறையில் இருந்த மற்ற நண்பர்களுக்குத் தகவல் கொடுத்தேன்.

ஆனால், அவர் தங்கள் அறையைச் சேர்ந்தவர் இல்லை என்றும், பழைய மேன்ஷனில் இருந்த நபர் என்றும்,

குடித்துவிட்டு வந்து அதிக தொல்லை தரக்கூடியவர் என்றும் சொல்லி ஒதுங்கிக் கொண்டார்கள்.

ஒருவார காலத்துக்கு மருந்தும் உணவும் முறையாகத் தரப்பட்ட போதும், அவர் நோயிலிருந்து விடுபடவேயில்லை. அவரைப் பற்றிய தகவலை அறிந்தவர்கள், நண்பர்கள் எனப் பலருக்கும் சொல்லியபோதும் யாரும் அவர் மீது அக்கறை எடுத்து அருகில் இருந்து பார்க்கத் தயாராக இல்லை.

நோயாளியாக இருப்பதை விடவும், நண்பர்கள் இல்லாமல் இருப்பதுதான் தான் செய்த தவறு என்ற குற்ற உணர்வு அவரை துவளச் செய்யவே, என்னோடும் பேச மறுத்தவரைப் போல ஒடுங்கிப்போயிருந்தார். அவருக்குத் தேவை மருந்து மட்டுமல்ல; ஆரோக்கியமான உணவும் அருகிலிருந்து கவனிக்கும் அக்கறையான உறவுகளுமே என்று மருத்துவர்கள் சொன்னபோது, அதெல்லாம் சாத்தியமில்லை என்று மறுத்திருக்கிறார்.

மருத்துவமனையிலிருந்து ஊருக்கு அனுப்பிவைக்கும் நாளில் அவர் என் கைகளைப் பிடித்துக் கொண்டு நன்றி சொன்னபடியே "நண்பர்கள், தெரிந்தவர்கள்னு எவ்வளவு பேரை டிஸ்டர்ப் பண்ணியிருக்கேன்னு இப்போதான் புரியுது. இத்தனை நாள் வாழ்ந்ததுக்கு என்ன சம்பாதிச்சு வெச்சிருக்கேன். பத்து பேர் வாயில் விழுந்ததைத் தவிர, வேறு ஒண்ணுமே இல்லை. இவ்வளவு பெரிய ஊர்ல எனக்குனு ஒரு ஆள்கூட இல்லை. அவமானமா இருக்கு" என்று கூசிப்போனார்.

வாழ்க்கை, தன்னைப் புரிய வைப்பதற்குச் சில நிகழ்வுகளையும் தருணங்களையும் ஏற்படுத்துகிறது போலும்! உடலில் தோன்றிய நோய் காலமாற்றத்தில் நீங்கிவிடக்கூடும். ஆனால், நோய்மை ஏற்படுத்திய புரிதல் வாழ்நாள் முழுவதும் கூடவே இருக்கக்கூடியதல்லவா?

ஜோர்டான் நாட்டில், ஒரு கதை இருக்கிறது. இரண்டு நண்பர்கள் பாலைவனத்தில் பயணம் செய்து கொண்டு இருந்தார்கள். வெயிலும், எல்லையற்றுப் பரந்த மணலும் அவர்களின் பயணத்தைக் கடுமையாக்கின. கையில் வைத்திருந்த தண்ணீரையும் உணவையும் பகிர்ந்து சாப்பிட்டார்கள். இருவரில்

பணக்காரனாக இருந்தவன், தனது உணவை ஏன் மற்றவனோடு பகிர்ந்து சாப்பிட வேண்டும் என்று எரிச்சல் கொண்டான். அதனால், நண்பனுக்குத் தராமல் அதிக உணவை, தானே சாப்பிடத் தொடங்கினான். அது போல, தண்ணீரையும் அவன் ஒருவனே குடித்து வந்தான். தன்னை ஏமாற்றுகிறான் என்று தெரிந்தபோதும், ஏழ்மையிலிருந்த நண்பன் கோபம் கொள்ளவே இல்லை.

பாலைவனத்தில், ஓரிடத்தில் ஈச்சை மரம் இருந்தது. அதில் உதிர்ந்த பழங்களை எல்லாம் ஏழை ஓடிப்போய் பொறுக்கிச் சேகரித்தான். பணக்காரன், அவை யாவும் தனக்கே சொந்தமானவை என்று சொல்லிப் பறிக்க, "உன்னிடம்தான் தேவையான உணவு இருக்கிறதே... பிறகு, ஏன் இதைப் பறிக்கிறாய்?" என்று கேட்டான் ஏழை.

பணக்காரன், "அப்படியானால், நான் உணவை வைத்துக்கொண்டு உன்னை ஏமாற்றுகிறேன் என்று குற்றம் சொல்கிறாயா?" என்று சண்டையிட்டு, ஏழையின் முகத்தில் ஓங்கி ஒரு அடி அடித்தான். அந்த நிமிஷமே இருவரும் பிரிந்து, தனித்தனியே நடக்கத் தொடங்கினார்கள். வலியும் அவமானமும் கொண்டவனாக, பாலை வனத்தின் மணலில், 'இன்று நண்பன் என்னை அடித்துவிட்டான்' என்று பெரிதாக எழுதி வைத்துவிட்டு நடக்கத் துவங்கினான் ஏழை.

சில நாட்கள் இருவரும் தனித்தனியாக நடந்து, தண்ணீர் கிடைக்காமல் அலைந்து திரிந்தார்கள். அப்போது ஓரிடத்தில் சிறிதளவு தண்ணீர் கசிவதைக் கண்டு பணக்காரன் ஓடிச்சென்று தண்ணீர் குடிக்க முயன்றான். திடீரென நண்பனின் நினைவு வந்தது. 'இவ்வளவு காலம் பழகிய நண்பனை, ஒரு கஷ்டம் என்று வந்ததும் ஏமாற்றிவிட்டோமே' என்று தோன்றியதும், நண்பன் பெயரைச் சொல்லிச் சத்தமிட்டு அழைத்தான்.

அந்தக் குரல் கேட்டு ஓடோடி வந்த ஏழை நண்பன், அங்கே தண்ணீர் இருந்ததைக் கண்டு ஆச்சர்யம் அடைந்தான். பணக்காரன், "இதில் உள்ள தண்ணீரை ஒருவன் மட்டுமே குடிக்க முடியும். நீயே குடித்துக்கொள்" என்றான். உடனே ஏழை, தாகம் மிகுதியில், அந்தத் தண்ணீரை முழுவதும் குடித்து விட்டு நண்பனை அணைத்துக்கொண்டு நன்றி தெரிவித்தான்.

பின், இருவரும் ஒன்றாக நடக்கத் தொடங்கினார்கள். ஏழை, அங்கிருந்த ஒரு கல்லில், 'நண்பன் இன்று மறக்க முடியாத ஓர் உதவி செய்தான்' என்று எழுதி வைத்தான். இந்த இரண்டையும் வானிலிருந்து பார்த்துக்கொண்டு இருந்த தேவதை அவர்கள் முன் தோன்றி, ஏழையிடம், "அவன் உன்னை அடித்தபோது அதை மணலில் எழுதி வைத்தாய். உதவி செய்தபோதோ அதைக் கல்லில் எழுதிவைக்கிறாய். அது ஏன்?" என்று கேட்டது.

"நடந்த தவறுகள் காற்றோடு போகவேண்டியவை. அதனால், அதை மணலில் எழுதிவைத்தேன். ஆனால், செய்த நன்றியை என்றும் மறக்கக் கூடாது. ஆகவே, அதைக் கல்லில் எழுதிவைத்தேன்" என்றான் ஏழை என்பதாக முடிகிறது கதை.

உலகில் எந்த மனிதனும் தனியாள் இல்லை. அவனது செய்கைகளும் வெறுப்பும் கோபமுமே அவனைத் தனிமைப் படுத்துகின்றன. வாழ்வில் தேடித் தேடி நாம் சேகரித்து வைக்க வேண்டியது பணத்தையல்ல; மனித உறவுகளையே!

◻

14
உதிர்ந்த சிரிப்பு

"ஏன் இப்படி இருக்கீங்க?"

இது மற்றவர்களை நோக்கிக் கேட்கப்பட வேண்டிய கேள்வி அல்ல. ஒவ்வொருவரும் தன்னைப் பார்த்துக் கேட்டுக்கொள்ளவேண்டிய கேள்வி. 'நான் ஏன் இப்படி இருக்கேன்?' என்று சுய அறிதல் துவங்காத வரை, மற்றவர்கள் கேட்கும் இந்தக் கேள்வி கோபத்தைத் தவிர, வேறு எதையுமே பதிலாகத் தராது.

'இப்படி இருக்கிறீர்களே..?' என்று மற்றவர்கள் சொல்கிறார்கள் என்றால், உண்மையில் நாம் எப்படி இருக்கிறோம்? கவலைகள், ஆத்திரம், கோபம் என்று நம் மனது எப்போதும் கொதித்துக் கொண்டே இருக்கிறது. உதட்டில் இருந்த சிரிப்பு அழிந்து பல காலம் ஆகிவிட்டது. யோசனைகள், அதிருப்தி, பயம் இவற்றை முகத்தில் பூசிக் கொண்டு விட்டோம். அடுத்தவரோடு பகிர்ந்துகொள்ள, கோபத்தைத் தவிர வேறு எதுவும் நம்மிடம் இல்லை என்றுதானே அர்த்தம்! எங்கே போனது நமது சிரிப்பும் ஆனந்தமும்?

குழந்தையின் முதல் வெளிப்பாடு, முகம் பார்த்துச் சிரிப்பது தான். விளக்கின் சுடரைப் போலப் பொலிவோடும் அழகோடும் உள்ள சிரிப்பு அது. தூக்கத்தில்கூட குழந்தை தன்னை மறந்து சிரிக்கும். ‘கடவுள் அதுக்கு வேடிக்கை காட்டிக் கொண்டு இருக்கிறார். அதனால்தான் சிரிக்கிறது’ என்று கிராமத்தில் சொல்வார்கள்.

வயது வளர வளர, நாம் சிரிப்பிடமிருந்தும், நமக்கு விளையாட்டுக் காட்டும் கடவுளிடமிருந்தும் விலகிவரத் துவங்குகிறோம். குழந்தைப் பருவத்தில் துவங்கும் சிரிப்பு, முப்பது வயதில் மறையத் துவங்குகிறது எனலாம். இன்று நடுத்தர வயதைக் கடந்த மனிதனின் முகத்தில் சிரிப்புக்கான தடயமே இல்லை. கீழே கிடந்த நாணயத்தைக் கண்டெடுப்பது போன்று எப்போதாவது அரிதாக மத்திய வயதுடையவர்கள் முகத்தில் சிரிப்பு தோன்றி மறைகிறது.

எனது அன்றாடப் பயணத்தில் பேருந்தில், ரயிலில், சாலைகளில் நூற்றுக்கணக்கான மக்களைத் தினமும் பார்க்கிறேன். அதில் சிரித்த முகம் மிக அரிதாகவே காணப்படுகிறது. நெருக்கடியின் அவசரமும் கவலையும் படிந்த முகங்கள்தான் அதிகம். பள்ளிக்குச் செல்லும் சிறுவர்களும் இருபது வயதைத் தொட்ட ஆண்களும் பெண்களும் மட்டுமே இதில் விதிவிலக்கு.

எதற்காக இந்த இறுக்கம்? ஏன் இந்தப் பதற்றம்? நம் மனம் ஏன் எப்போதும் கோபத்திலேயே ஊறிக்கிடக்கிறது? நல்ல ஆரோக்கியத்தின் அறிகுறியே சிரிப்புதான். ஆனால், சிரிப்பைக்கூட விலை கொடுத்து வாங்கும் காலகட்டத்தில் நாம் வாழ்கிறோம். சிரிப்பதற்கு யாரும் கற்றுத்தர முடியாது. சிரிப்பை மறைத்து வைக்கவும் முடியாது. சிரிப்பின் முன்னால் ஆண் பெண் பேதமும் இல்லை. வயதும் இல்லை.

நகரப் பேருந்தில் துவங்கி வெளியூர் பேருந்து வரை எங்கு நோக்கினாலும் மனித முகங்கள் ஒன்றுபோலவே இறுக்கமடைந்து இருக்கின்றன. அந்த மௌனம் சக மனிதனின் இருப்பைப் புறக்கணிக்கக்கூடியது. அப்போது மனதில், ‘ஏன் இப்படி இருக்கீங்க?’ என்ற கேள்வி உருவாகிறது. அநேகமாக ஒவ்வொரு வீட்டிலும் ஆண் பெண் யாவரின் மனதிலும் மற்றவர்

குறித்து இதே கேள்விதான் உள்ளோடிக்கொண்டு இருக்கிறது. ஆனால், அதை வெளிப்படுத்துவது கிடையாது.

பள்ளி நாட்களிலேயே இந்தப் பிரச்னை துவங்கிவிடுகிறது. பாடம் நடத்த வரும் ஆசிரியர்களில் ஒருவர்கூடச் சிரிப்பதில்லை. அதை மீறி மாணவர்களோடு சிரித்துப் பழகும் யாரோ ஓர் ஆசிரியர் வந்துவிட்டாலோ, வகுப்பறையே களைகட்டத் துவங்கிவிடுகிறது. கற்றலோடு புன்னகையும் கலக்கும்போதுதான், பாடப்புத்தகம் இனிக்கத் துவங்குகிறது. புன்னகையோடு கற்றுத்தரும் ஆசிரியரால் எவரையும் படிக்கவைத்துவிட முடியும்.

பெற்றோர்களுக்கோ தம் குழந்தைகளோடு பேசுவதற்கு நேரமும் இல்லை; விருப்பமும் இல்லை. பின் எப்படிப் பேசிச் சிரிப்பது? அதனால் தானாகவே எதையோ நினைத்துச் சிரிக்கும் பழக்கம் பலருக்கும் சிறுவயதிலே துவங்கிவிடுகிறது. அது ஒன்றுதான் சிரிப்பைக் காப்பாற்றிக்கொள்ள இருக்கும் வழி என்றுகூட சில சமயம் தோன்றுகிறது.

சிரிப்பின் இடத்தைக் கைப்பற்றிக் கொண்டவை கோபமும், ஆத்திரமும்தான். எங்காவது ஒரு ஆள் சிரித்துக்கொண்டு இருப்பதைக் கண்டால், ஏனோ பலருக்குக் கோபம் வருகிறது. பொது இடங்களில் யாராவது வாய்விட்டுச் சிரிப்பதைக் கண்டால் ஆத்திரப்படுகிறோம். தொடர்ந்து சிரித்துக்கொண்டே இருக்கும் மனிதன் பைத்தியம் என்று கட்டம் கட்டப்படுகிறான். எதற்காகச் சிரிப்பு மீது நமக்கு இத்தனை வெறுப்பு?

சிரிப்பு எத்தனை மகத்தானது என்று அறிந்து கொள்ள, ‘லைஃப் இஸ் பியூட்டிஃபுல்’ என்ற ஆஸ்கர் விருது பெற்ற படத்தை ஒருமுறை பாருங்கள். சாவின் முன்னால் கூட சிரித்து விளையாட முடிந்த ஒரு மனிதனின் கதை அது.

புன்னகை நம் உதட்டிலிருந்து உலகை நோக்கிச் செல்லும் ஒரு வண்ணத்துப் பூச்சி! அது றெக்கை இல்லாமலே பறக்கக்கூடியது. தனக்கு அருகில் உள்ள மனிதனின் இதயத்தினுள் நேராகச் சென்று அமர்ந்துவிடக்கூடியது புன்னகை.

சார்லி சாப்ளின் படங்களைப் பார்த்திருக்கிறீர்களா? படம் முழுவதும் சாப்ளின் அடிபடுவதும், உதைபடுவதும்,

மேலிருந்து கீழே விழுவதுமாகவே இருப்பார். அவரது வேதனை மற்றவர்களைச் சிரிக்க வைத்துக்கொண்டே இருக்கும். சாப்ளின் செய்யும் ஒரே விந்தை, வலியைக் கடந்து செல்வதுதான்!

சாப்ளின் என்ற ஒரு மனிதனால் மொத்த உலகையே சிரிக்கவைக்க முடிந்திருக்கிறது. உலக யுத்தத்தின் பின்னால், மனித மனங்களைக் கவ்வியிருந்த வெறுமையை சாப்ளினின் சிரிப்புதான் போக்கியது. வீடு, குழந்தைகளை இழந்த மனிதர்கள் கூட அந்தச் சிரிப்பின் முன் தங்களை மறந்து லயித்திருக்கிறார்கள்.

சிரிப்பு ஒரு நறுமணம் போன்றது. மூடி வைத்துவிட்டால் பயனில்லை. வெளிப்படுத்தவேண்டும். ஒருவரிடமிருந்து மற்றவருக்கு அந்த நறுமணம் பரவிக்கொண்டே இருக்கவேண்டும். மிகுந்த மனநெருக்கடியில் தத்தளிக்கும் நவீன வாழ்வுக்கு ஒரே விடுதலைதான் இருக்கிறது. அது சிரிப்பு!

நம் முகத்தில் சிரிப்பைத் தக்கவைத்துக்கொள்வது எளிதில்லை. இதயத்தில் சிரிப்பு ஒளிந்திருந்தால்தான், முகத்தில் அது வெளிப்படும். கொல்கத்தாவில் ஒரு பிச்சைக்காரனைப் பார்த்திருக்கிறேன். அவன் சாலையோரம், கையில் ஒரு குச்சியை வைத்துக்கொண்டு உட்கார்ந்திருந்தான். கிழிந்து போன அரக்கு நிற உடை அணிந்திருந்த அவன் முகத்தில் செம்பழுப்பு நிறமான தாடி. மெலிந்த தோற்றம்.

அவன் யாரிடமும் பிச்சை கேட்பது கிடையாது. பதிலாக, சாலையில் நடந்து செல்கிறவர்கள் ஒவ்வொருவரைப் போல நடந்து காட்டுவதும் கேலி செய்வதுமாக இருந்தான். சில நேரம், அவன் தன்னை ஒரு குரங்குபோல பாவித்துக் கொண்டு, தாவித் தாவி வேடிக்கை காட்டிக்கொண்டு இருந்தான்.

சாலையில் செல்லும் எவரும், அவன் தன் பின்னாடியே வந்து தன்னைப் போலவே பாவனை செய்வதைக் கண்டு கோபம் கொள்ளவில்லை. மாறாக, சிரிப்போடு கையிலிருந்த காசை அவனிடம் கொடுத்துவிட்டுப் போனார்கள். கொல்கத்தாவில் நான் தங்கியிருந்த இரண்டு வாரமும், தினம் அவனைப் பார்த்திருக்கிறேன். அவன் நகர வாசிகளைப் பகடி செய்தபடியே அதே இடத்தில் இருந்தான். அவன் உடல் மொழியின் வழியாக வெளியான பரிகாசம் எல்லோருக்கும் பிடித்திருந்தது.

எஸ்.ராமகிருஷ்ணன்

யாரிடமும் கை நீட்டி யாசகம் கேட்காமல், அதே நேரம் தன்னைச் சுற்றிய உலகம் எப்படி இருக்கிறது என்று பகடி செய்யும் மனதோடு உள்ள பிச்சைக்காரன் ஆச்சர்யம் தருபவனாக இருந்தான். சிரிப்புதான் அவனை இன்றும் மனதில் நிறுத்திவைத்திருக்கிறது என்று தோன்றுகிறது.

வாழ்க்கை, சிரித்து மகிழும்படியாகவா இருக்கிறது என்று பலரும் கேட்கலாம். ஆனால், சிரிப்பதற்குக்கூட நேரமில்லாத வாழ்க்கையால் என்ன பயன் என்று யோசித்துப் பாருங்கள்.

ரவீந்திரநாத் தாகூர் சொன்ன கதை ஒன்று நினைவில் இருக்கிறது. தாகூர், வகுப்பறையில் தன் மாணவர்களுக்குப் பாடம் நடத்தும் போது தவளை கணக்கு ஒன்றைக் கேட்டார்.

நான்கு தவளைகள், ஒரு குளத்தின் கரையில் நின்றபடியே குதிப்பதைப் பற்றி யோசித்துக்கொண்டு இருந்தன. ஒரு தவளை, தான் தாவிக் குதிக்கப் போகிறேன் என்றது. உடனே இரண்டு தவளைகள் தாங்களும் குதிக்கப் போவதாக அறிவித்தன. இப்போது கரையில் எத்தனை தவளைகள் இருக்கின்றன என்று ஒரு மாணவனிடம் தாகூர் கேட்டார்.

மாணவன் மூன்று தவளைகள் தண்ணீரில் குதித்துவிட்டதால், மீதம் ஒரு தவளை கரையில் இருக்கிறது என்றான். தாகூர் சிரித்த படியே, "இல்லை. தரையில் நான்கு தவளைகள் இருக்கின்றன" என்றார். மாணவனுக்குப் புரியவில்லை. தாகூர் புன்னகைத்த படியே, "தவளைகள் குதிக்க வேண்டும் என்று நினைத்ததே தவிர, எதுவும் குதிக்கவில்லை" என்றார்.

"நினைப்பது வேறு; செயல்படுவது வேறு. பல நேரங்களில் அதைச் செய்ய வேண்டும், இதைச் செய்ய வேண்டும் என்று நாம் நினைப்போம். ஆனால், எதையும் செய்ய முடிந்ததில்லை. இந்தத் தவளைகளைப் போல கரையில் உட்கார்ந்தபடியே யோசித்துக் கொண்டுதான் இருக்கிறோம்" என்று தாகூர் சொன்னதும் வகுப்பறையே சிரிப்பில் அதிர்ந்தது.

சிரிக்க வேண்டும் என்று ஆசைப்பட்டால் மட்டும் போதாது. அதற்குரிய மனதையும் பகிர்வையும் சாத்தியமாக்குவதும் நமது வேலையே. கற்றுக் கொள்வதற்கு தேவதைகளிடமிருந்து மட்டுமல்ல, தவளைகளிடமும் நிறைய இருக்கத்தான் செய்கிறது. யார் கற்றுத் தந்தாலும் பாடம் ஒன்றுதான் இல்லையா?

□

15
அறிந்த தவறு

"எதுக்காக இவ்வளவு அவசரம்?"

இந்த நூற்றாண்டின் தீர்க்க முடியாத நோய்களில் ஒன்று, அவசரம்!

வீடு, பணியிடம், பேருந்து, மின்சார ரயில், வணிக வளாகம், பள்ளி, கோயில், வங்கி, மருத்துவ மனை, தியேட்டர் என எங்கும் அவசரம் பொங்கி வழிகிறது. சிறியவர்கள், பெரியவர்கள் என பேதமில்லாமல் இந்த நோய்க்கு நம்மை ஒப்புக்கொடுத்திருக்கிறோம்.

எதற்காக இவ்வளவு அவசரம் என்று ஒரு போதும் நம்மை நாமே கேட்டுக்கொண்டது இல்லை. அவசரம், வைரஸ் கிருமிகளைவிடவும். மோசமானது. அது உடலுக்குள் புகுந்த மறு நிமிடம் கை கால்கள் தாமே உதறத் துவங்கி விடுகின்றன. முகம் சிவந்துவிடுகிறது. உடல் நடுங்கத் துவங்குகிறது. கோபம், ஆத்திரம், கவலை என்று உணர்ச்சிகளின் தடுமாற்றத்துக்கு மூலகாரணமாக இருப்பது அவசரம்தான்.

வாழ்க்கையின் வேகம் அதிகமாகிவிட்டது; நிம்மதியைத் தொலைத்துவிட்டு, பணம்

சம்பாதித்துக் கொண்டு இருக்கிறோம் என்று வேதனைப்படாத மனிதர்களே இல்லை. இதற்கான முக்கிய காரணம், சகமனிதன் மீது நம்பிக்கை இல்லாமல் போனதும், திட்டமிடப்படாத வாழ்வும், எதையும் உடனே அடைந்துவிடவேண்டும் என்ற ஆசையுமே!

அன்றாடம் நடக்கும் சாலை விபத்துக்களையும், இளவயதில் ஏற்படும் துர்மரணங்களையும், பெயர் தெரியாத நோய்களையும் காணும்போது, மனதில் மின்னலெனத் தோன்றி மறைகிறது இந்தக் கேள்வி.

எதற்காக இவ்வளவு அவசரம்? கரும்பைச் சுவைப்பது போல கொஞ்சம் கொஞ்சமாகக் கடித்துச் சுவைக்க வேண்டிய வாழ்க்கையை, லேகியம் விழுங்குவது போல நாவில் படாமலே விழுங்கிக்கொண்டு இருக்கிறோமே, ஏன்?

தினசரி வாழ்வு நமக்கு ருசிகரமாக இல்லை. நெருக்கடியும் பரபரப்பும் காரணமில்லாத பயமும் நம்மீது தொற்றிக்கொண்டு இருக்கின்றன. எல்லா வீடுகளிலும் காலை நேரம் ஒன்று போலவே இருக்கிறது. பள்ளிக்கு நேரமாச்சு' என்று ஒரு பக்கம் பிள்ளைகளும், அலுவலகம் போவதற்காக பஸ்ஸோ ரயிலோ பிடிக்கவேண்டும் என்று ஆண்களும் பெண்களும் கிடைத்ததைச் சாப்பிட்டு ஈரத்தலையோடும், அப்பிக்கிடக்கும் பாதித் தூக்கத்தோடும் அவசர அவசரமாக சாலையைக் கடந்து, பேருந்தில் இடிபட்டு, நசுங்கிச் செல்கிறார்கள்.

இப்படி இயந்திர பொம்மைகள் போல் வாழும் நமது அவசர வாழ்வின் பொருள் தான் என்ன?

சில நாட்களுக்கு முன் மின்சார ரயிலில், 30 வயதைக் கடந்த ஒரு பெண்ணைப் பார்த்தேன். அலுவலகம் செல்லும் காலை நேரக் கூட்டத்தின் நெருக்கடிக்குள்ளாக, தனது ஈரத்தலையை சிறிய கர்ச்சீப்பால் துடைத்தபடியே நின்றிருந்தார். யாராவது கொஞ்சம் இடம் கொடுத்தால் போதும் என்பது போல் அவரது முகபாவத்தில் வலி தோன்றி மறைந்து கொண்டு இருந்தது. ஒவ்வொரு ஸ்டேஷன் வருவதற்கு முன்பும், உட்கார்ந்திருப்பவர்கள் யாரேனும் எழுகிறார்களா என்று பார்த்துக்கொண்டு இருந்தார். ஒருவழியாக ரயில் மாம்பலம் வந்தபோது அவருக்கு ஸீட்

கிடைத்தது. நுனியில் உட்கார்ந்தபடியே அவசரமாகத் தனது டிபன் பாக்ஸை ஹேண்ட்பேக்கில் இருந்து எடுத்துப் பிரித்துச் சாப்பிட முனைந்தார். டிபன் பாக்ஸ் திறந்து கொள்ளவில்லை. என்ன செய்வது என்று தெரியாமல் நகத்தைக் கொடுத்துத் திறக்க முயன்றார். பலன் இல்லை.

அவர் டிபன் பாக்ஸைத் திறக்கப் போராடுவதை அந்த கம்பார்ட்மென்ட்டே பார்த்துக்கொண்டு இருந்தது. ஆனால், யாரும் அவரிடம் ஒரு வார்த்தைகூடப் பேசவில்லை. அவரும் நிமிர்ந்து பார்க்கக் கூச்சப்பட்டவர் போல் தலை கவிழ்ந்தபடியே உதட்டைக் கடித்துக்கொண்டு, முழு பலத்தைப் பயன்படுத்தி டிபன் பாக்ஸை படாரெனத் திறந்தார். மூடி திறந்து, உள்ளிருந்த சாப்பாடு முழுவதும் அப்படியே அவர் காலடியில் கொட்டியது.

சாம்பார் சாதத்தின் வாசனை அந்த இடம் முழுவதும் பரவியது. வெள்ளை பூசணித் துண்டுகளும் பூண்டு ஊறுகாயும் அவர் செருப்பில் ஒட்டிக்கொண்டன. முகம் வெளிறிப்போய், அவசர அவசரமாகக் குனிந்து, கீழே கொட்டிய சாதம் முழுவதையும் அள்ளி, ஓடும் ரயிலின் ஜன்னலுக்கு வெளியே போட்டார். இது வழக்கமாக நடக்கிற செயல் என்பதுபோல், பயணிகள் பேப்பர் படித்தபடியும் செல்போன் பேசியபடியும் இருந்தார்கள்.

அவர் முகத்தில் பசி அப்பிக் கிடந்தது. அலுவலகத்துக்கு நேரமாகிவிட்டது. இனி வழியில்கூடச் சாப்பிட முடியாது என்ற வேதனை பீறிட்டது. தன்னை மீறிவரும் அழுகையை மற்றவர்கள் பார்த்துவிடக் கூடாது என்று ஜன்னலின் இரும்புக் கம்பிகளை வெறித்துப் பார்த்தபடி வந்தார் அந்தப் பெண்மணி.

அவர் காலடியில் சிந்திக் கிடந்தன பருக்கைகள். என் மனதில் சொல்ல முடியாத வலியும் துக்கமும் உருவானது. எதற்காக இந்தப் பெண் சாப்பிடக்கூட நேரமில்லாமல் வேலைக்கு ஓடிக்கொண்டு இருக்கிறார்? என்ன அவசரம் இது? எதைச் சாதிப்பதற்காக இப்படிப் பரபரப்பாக அலைகிறார்? பசி பூசிய அவர் முகத்தை ஏன் மற்றவர்கள் கவனம் கொள்ள மறுக்கிறார்கள்? ரோடு ரோலரின் அடியில் சிக்கிக் கொண்ட நாணயம் சாலையில் பதிந்து போய் எடுக்க முடியாமல் ஆகிவிடுவது போல், நமது

எஸ்.ராமகிருஷ்ணன் ◀◀ 93

வாழ்க்கையும் ஏதோ ஒரு பற்சக்கரத்தின் கீழ் சிக்கி நசுங்கி விட்டதா?

ரயில், பார்க் ஸ்டேஷனில் வந்து இறங்கியதும் விடுவிடுவென அவர் வெளியேறி, கூட்டத்தில் நடந்து போனார். கடந்து செல்லும் மனித முகங்களின் ஆற்றில் தானும் கலந்துவிட்டது போல அவர் போவதைப் பார்த்தபோது, நகர வாழ்வின் கசப்பு முகத்தில் அறைந்தது.

சாலையோர சப்வேயின் படிக்கட்டில் உட்கார்ந்து கையேந்தும் பிச்சைக்காரன் கூட இதைவிட அமைதியாகவும் அவசரமின்றியும் தனது நாட்களைக் கழிக்கிறான். படுக்க இடம் இல்லாமல் சாலையில் உறங்குபவர்கள்கூட மாலை நேரங்களை ரேடியோ கேட்டுக்கொண்டு, பிள்ளைகளுடன் விளையாடிக்கொண்டு, யாவரும் ஒன்றாகச் சேர்ந்து அமர்ந்து சாப்பிட்டுக்கொண்டு இருக்கிறார்கள்.

வேலை, பணம், ஆசைகள் என்று மாய மானைத் துரத்தித் திரியும் மத்தியதர வர்க்கம் எதையும் அடைய முடியாமலும், அடைந்ததை அனுபவிக்க முடியாமலும் திரிசங்கு போல மிதக்கிறது. அவசரம், அவர்கள் வயதின் மென்மையை அழித்துவிடுகிறது. தோற்றத்தில் மட்டுமின்றி, சிந்தனையிலும் செயல்பாட்டிலும் சலிப்பு தொற்றிக் கொண்டுவிடுகிறது.

யோசிக்கையில் தோன்றுகிறது. இது ஒரு தனிப்பட்ட பெண்ணின் வலி மட்டுமல்ல; ஒவ்வொரு நாளும் நூற்றுக்கணக்கில் ஆண்களும் பெண்களும் இதே நெருக்கடிக்குதான் ஆளாகிறார்கள். பணி சார்ந்த அவசரம் தவிர்க்க முடியாததுதான். ஆனால், எல்லா நேரங்களிலும் படபடப்பாகவும் நிம்மதியின்றியும் ஏன் இருக்க வேண்டும் என்று தெரியவில்லை!

வண்ணத்துப்பூச்சி ஒரு பூவிலிருந்து தேன் எடுப்பதற்காக எங்கெங்கோ சுற்றியலைகிறது. ஆனால், தேன் உள்ள பூவைக் கண்டுவிட்டாலோ, அதைச் சுற்றி வந்து உணர் கொம்புகளால் தேனை உறிஞ்சி அப்படியே கிறங்கிக்கிடக்கிறது. ஒரு துளி தேன் என்றாலும், அதன் சுவையை ருசிக்கும் வண்ணத்துப் பூச்சியின் லயிப்பு ஏன் மனிதர்களுக்கு வருவதே இல்லை? பொறுமையோடு சிலந்தி தன் வலையைப் பின்னுகிறது. அதனதன் வேகத்தில்

விருட்சங்கள் வளர்கின்றன. இயற்கை எதற்கும் அவசரம் காட்டுவதே இல்லை.

முன்னொரு காலத்தில் ஒரு ஜென் துறவி காட்டுக்குள் நின்ற நிலையில் தவம் செய்து கொண்டு இருந்தார். பறவைகள் அவரின் தலையிலும் தோளிலும் உட்கார்ந்து கொண்டு பயமின்றி இளைப்பாறிச் சென்றன. இதனால் அந்தத் துறவியிடம் ஏதோ மாய சக்தி இருக்கிறது என்று நம்பி அவரிடம் சீடர்களாகச் சேர்வதற்கு பலரும் முயற்சி செய்தார்கள்.

ஓர் இளைஞன் அந்தத் துறவியிடம் சென்று, "மனிதர்களைக் கண்டால் பயந்து ஓடும் பறவைகள் உங்களிடம் மட்டும் எப்படி இவ்வளவு நெருக்கமாக இருக்கின்றன?" என்று கேட்டான். அவர் பதில் சொல்லாமல் புன்னகை மட்டுமே செய்தார். அங்கேயே இருந்து அவரைப் போல தானும் பறவைகளை வசியப்படுத்த பழக வேண்டியதுதான் என்று முடிவு செய்த இளைஞன், அவரைப் போலவே நிற்கத் துவங்கினான்.

ஒரு பறவைகூட அவனை நெருங்கி வரவே இல்லை. அவன் தன் மீது இலைகளைப் போர்த்திக்கொண்ட போதும் பறவைகள் நெருங்கவில்லை. சில வருடங்கள் அங்கேயே இருந்தும் அவனால் பறவைகளைத் தன் தோளில் அமரச் செய்யமுடியவில்லை.

ஓர் இரவு துறவியிடம், "இதற்கான பதில் தெரியாவிட்டால் இப்போதே ஆற்றில் குதித்துச் சாகப்போகிறேன்" என்றான். துறவி சிரித்தபடியே, "புயலில் சிக்கிய மரத்தைப் போல உன் மனது எப்போதும் மிக வேகமாக அசைந்தபடியே இருக்கிறது. பதற்றம் மற்றும் பொறுமையின்மைதான் உன்னைப் பறவைகளை விட்டு விலக்கி வைத்திருக்கிறது. கூழாங்கல்லைப் போல உள்ளுக்குள் ஈரத்தோடும் வெளியில் சலனமில்லாமலும் இருந்தால், பறவைகள் உன்னை தாமே தேடிவரும்" என்றார்.

பறவைகளை விடுங்கள். நமது வீட்டில் உள்ளவர்கள், நண்பர்கள், உடன் பணியாற்றுபவர்கள் என்று எவரோடும் நமக்கு இணக்கம் இல்லாத சூழல் உருவானதற்கான காரணமும் இதுதானில்லையா?

□

16
வானை அளப்போம்

"ஒரு ஆளாலே என்ன செய்ய முடியும்?"

காட்டுச் செடிகளைவிடவும் அதிகமாக, கேள்விகள் நமக்குள் மண்டிக்கிடக்கின்றன. இத்தனை வருடமாகியும் இன்னும் ஏன் வறுமை இருக்கிறது? ஏன் இன்னும் பல்லாயிரம் மக்கள் வீடில்லாமல் சாலையோரங்களில் வசிக்கிறார்கள்? எப்படி இவ்வளவு நோய்கள் உருவாகின? குடிநீருக்குக் கூட ஏன் போராட வேண்டியிருக்கிறது? மனிதனை மனிதன் எதற்காக வஞ்சகம் பண்ணுகிறான்? பத்து வயதுச் சிறுவன் கொலை செய்யுமளவு வீடுகளில் என்ன நெருக்கடி? ஆண், பெண் உறவில் ஏன் இவ்வளவு கசப்புகள், வன் கொலைகள்? இப்படி ஒவ்வொரு நாளும் செய்தித்தாளை விரித்தவுடன், நீரூற்றைப் போல மனதில் கேள்விகள் பொங்கி வழியத் துவங்கிவிடுகின்றன.

ஆனால், இந்தக் கேள்விகளில் எதையும் நாம் பகிர்ந்துகொள்வது கிடையாது. மனதில் போட்டுப் பூட்டி விடுகிறோம். கேள்விகளை நமக்குள் புதைத்துக் கொள்வதற்கு ஒரேயொரு

காரணம்தான் இருக்கிறது. அது, ஒரு ஆளால் என்ன செய்ய முடியும் என்ற சந்தேகம்!

தனிமனித முயற்சிகள் வெற்றி பெறாது; ஒரு ஆளால் எதையும் சாதித்துவிட முடியாது என்ற பொது எண்ணம் நம்மிடையே காலங்காலமாக உள்ளது. ஆனால், இது முழுப் பொய்!

இன்றுள்ள எல்லாச் சாதனைகளும் வளர்ச்சிகளும் ஏதோ ஒரு தனிமனிதனின் ஆசையும், போராட்டமும், உழைப்பும் தந்தவை தானே? மின்சாரம் கண்டுபிடிக்கப்படுவதற்கு முன்புவரை அதைப் பற்றிய பேச்சு, மிகக் கேலியாக இருந்தது. செல்போன் வருவதற்கு முன்பு, 'அதெல்லாம் எப்படிச் சாத்தியம்?' என்று பரிகாசம் செய்தார்கள். ஆனால், ஏதோ ஒரு மனித மனம் தனது விருப்பத்தின் மீது தொடர்ந்து உழைத்து, இன்று உலகுக்கே தன் கண்டுபிடிப்பைப் பயன்படுத்தத் தந்திருக்கிறது.

காந்தியும், இயேசுவும், புத்தனும் தனிமனிதர்கள்தானே? அவர்களால் உலகுக்கு வழிகாட்ட முடிந்திருக்கிறது; எளிய மக்களின் துயரங்களைப் பங்குபோட்டுக்கொள்ள முடிந்திருக்கிறது. உலகம் யாசிப்பது அதிசாகசம் செய்கின்றவனையல்ல; மனித துயரங்களைப் பகிர்ந்து கொள்பவனையே!

பாடப்புத்தகங்களில் இவர்களைப் பற்றிப் படிப்பதோடு நம் வேலை முடிந்துவிட்டது என்று விலகிக்கொள்கிறோம். நமக்குள் உள்ள காந்தியை, புத்தனைக் கண்டுகொள்வதில்லை. உலகம் எப்போதுமே பரிகாசத்தையும் கேலியையும், அவமானத்தையும்தான் முன்னோடி மனிதர்களுக்குப் பரிசாகத் தந்திருக்கிறது. ஆனால், அதைப் பற்றிய கவலையின்றித் தனது பாதையில் தொடர்ந்து செல்பவன், வாழும் காலத்திலேயே நாயகனாகிறான்.

ஒரு ஆளால் என்ன செய்துவிட முடியும் என்ற கேள்வியைச் சந்திக்கும்போதெல்லாம் எனக்கு, ஒரு ஆளால் செய்ய முடியாதது என்ன இருக்கிறது என்றே தோன்றுகிறது. ஒரு மனிதன் சந்திரனில் காலடி வைத்திருக்கிறான். இன்னொரு மனிதன் இமயமலையில் ஏறி சாதனை புரிந்திருக்கிறான். போராளி ஒருவன், கறுப்பின விடுதலைக்காக முன்னின்று போராடி, மனித உரிமையை நிலை நாட்டியிருக்கிறான்.

விஞ்ஞானியொருவன் நோய்களிலிருந்து மனித குலத்தைக் காக்கப் போராடி, புதிய மருந்துகளைக் கண்டு பிடிக்கிறான். இப்படிப் பெயர்களைத் தாண்டி மனித விருப்பமும் உழைப்பும் சாதிக்க முடிந்தவைதானே, இன்று நாம் காணும் உலகம்!

தனிமனிதனால் முடியாதது எதுவும் இல்லை. ஆனால், தனிமனிதன் தனது செயல்களால் தன்னோடு வாழும் மனிதர்களை ஒன்றிணைக்கவும், சக மனிதர்கள் மீது அக்கறை கொண்டும் இருந்தால், அவனது காரியங்களுக்கு ஆயிரம் கைகள் துணை செய்யக் காத்திருக்கின்றன. அதுதான் உண்மை.

தனிமனிதர்களால் என்ன செய்துவிட முடியும் என்பதற்கு, எனக்கு விருப்பமான பத்து பேரை உதாரணமாகச் சொல்லமுடியும். இவர்கள் வேறு வேறு துறைகளில் சமகாலத்தில் பணியாற்றும் போராளிகள்.

வொங்கரி மத்தாய்: கென்யாவில், எளிய குடும்பம் ஒன்றில் பிறந்த கறுப்பினப் பெண்ணான வொங்கரி மத்தாய், அழிந்து வரும் இயற்கையைப் பாதுகாப்பதற்காகப் பசுமை இயக்கம் ஒன்றை நடத்தி வருகிறார். இவர், அழிந்து வரும் இயற்கைச் செல்வங்களைப் பாதுகாப்பதற்காக மரங்கள் நடும் முயற்சியில் இறங்கி, லட்சக்கணக்கான மரங்களை ஆப்பிரிக்கா முழுவதும் நட்டிருக்கிறார். இவரால் இன்று கென்யாவின் இயற்கை வளம் காப்பாற்றப்பட்டு இருக்கிறது. இதற்காக இவருக்கு சமாதானத்துக்கான நோபல் பரிசு வழங்கப்பட்டு இருக்கிறது.

ஜாக் சிம்: பொதுக் கழிப்பறைகள் எப்படி இருக்கின்றன என்பதை வைத்துதான் அங்குள்ள அரசாங்கம் எப்படி நடந்து கொள்கிறது, மக்கள் எந்த அளவு சுகாதாரத்தோடு இருக்கிறார்கள் என்பதைத் தெரிந்துகொள்ள முடியும் என்று கருதி, சுகாதாரமான பொதுக் கழிப்பறைகள் அமைக்கக் கோரி, கழிப்பறை இயக்கம் ஒன்றை நடத்தி வருகிறார் ஜாக் சிம். உலகமெங்கும் பயணம் செய்து கழிப்பறையின் முக்கியத்துவம் பற்றி விளக்கும் இவரது இயக்கம், முறையான கழிப்பறைகள் இல்லாமல் அல்லல் படும் மக்களுக்கு இலவசமாகக் கழிப்பறைகள் கட்டித் தருகிறது.

வந்தனா சிவா: இயற்கை விவசாயம் மற்றும் நமது பாரம்பரியமான விதைகள் மற்றும் விவசாய முறைகளைப் பாதுகாப்பதற்காக போராடி வரும் வந்தனா சிவா, டேராடூனில் இயற்கையான விவசாயப் பண்ணை அமைத்து, அழிந்து வரும் இந்திய விவசாயத்தைக் காத்து வருகிறார். வேம்பு, துளசி மற்றும் இந்திய நெல் வகைகளைப் பன்னாட்டு நிறுவனங்கள் உரிமை கொண்டாடியபோது, அதை எதிர்த்து நீதித்துறையின் வழியாகப் போராடி, அவற்றுக்கான உரிமையை இந்தியாவுக்குப் பெற்றுத் தந்தவர்.

ஆண்ட்ரு லிபர்மென்: கடந்த நூறு வருடங்களில் உலகிலிருந்து முற்றிலுமாக அழிந்து போன மொழிகளின் எண்ணிக்கை 1,300 எனக் கூறும் லிபர்மென், மாயன் பழங்குடியினரின் மொழியைப் பாதுகாப்பதற்காகப் போராடி வருகிறார். உலகமெங்கும் உள்ள பூர்வகுடிகள், மலைவாழ் மக்களின் மொழி மற்றும் கலாசாரத்தைப் பாதுகாக்கப் போராடும் இவர், மொழியை அழிப்பதன் வழியாக மக்களின் நினைவுகளை அழித்துக்கொண்டு இருக்கிறோம் என்று நினைவுபடுத்துகிறார்.

தலாய் லாமா: பௌத்த மதகுரு என்பதைத் தாண்டி, உலகமெங்கும் சமாதானம் மற்றும் மனித உரிமைகள் குறித்த விழிப்பு உணர்வை ஏற்படுத்துவதற்காகப் பயணம் செய்து வருகிறார். அகிம்சை மற்றும் பௌத்த நெறிகளின் வழியே மனித வாழ்வை இன்றைய பிரச்னைகளிலிருந்தும் வன்முறையிடமிருந்தும் காப்பாற்ற முடியும் என்று புதிய வழிகாட்டுகிறார்.

ரிக் கர்சன்: உடல் குறைபாடு காரணமாக, சக்கர நாற்காலியில் தனது வாழ்வைத் துவங்கிய ரிக் கர்சன், சக்கர நாற்காலியிலேயே 24,900 மைல்கள் பயணம் செய்து, 34 நாடுகளைக் கடந்து சென்றிருக்கிறார். 'போப்பில் துவங்கி பள்ளி மாணவர்கள் வரை அனைவரையும் சந்தித்து, உடல் குறைபாட்டை மீறி எப்படி சாதனை செய்யமுடியும் என்பது பற்றிப் பேசிவருகிறார். உடல் குறைபாடு கொண்ட ஆயிரக்கணக்கானோருக்கு இவரது பயணம் புதிய நம்பிக்கை அளித்திருக்கிறது.

கார்லோ பெட்ரினி: ஃபாஸ்ட் ஃபுட் எனப்படும் அவசர உணவு நம் உடல் நலத்தையும் ஆரோக்கியத்தையும் கெடுத்து வைத்திருக்கிறது; உடனடியாக அதிலிருந்து நாம் விடுபட வேண்டும் என்று கூறும் கார்லோ, இதற்காக 'ஸ்லோ ஃபுட்' என்ற இயக்கத்தை நடத்தி வருகிறார். உணவைத் தேர்ந்தெடுத்து, சுவைத்துச் சாப்பிட வேண்டும்; ஆரோக்கியமான உணவு யாவருக்கும் கிடைக்க வேண்டும் என்பதற்காக இவரது இயக்கம் உலகம் முழுவதும் போராடி வருகிறது. இதனால் பல நாடுகளில் முக்கிய ஃபாஸ்ட் ஃபுட் உணவகங்கள் மூடப்பட்டு இருக்கின்றன.

ஸ்டீபன் ஹாக்கின்ஸ்: மூளையைத் தவிர, உடல் முழுவதும் நரம்புச் சீர்கேடு நோயால் பாதிக்கப்பட்டு, ஸ்பெஷல் சக்கர நாற்காலி மூலம் இயங்கி வரும் ஸ்டீபன் ஹாக்கின்ஸ், இன்று உலகின் தலைசிறந்த விஞ்ஞானி. ஐன்ஸ்டீன் வகித்த விஞ்ஞானத் துறை தலைவர் பதவியை இன்று இவர் வகிக்கிறார். காலம் குறித்தும் பிரபஞ்சத்தின் வரலாறு குறித்தும் ஆய்வு செய்து புதிய கண்டுபிடிப்பை நிகழ்த்தி வருகிறார், சமகால விஞ்ஞான உலகின் ஆதர்ச மனிதரான இவர்.

மேதா பட்கர்: நர்மதா அணை போராட்டத்தில், அந்த அணைக்கட்டினால் பாதிக்கப்பட்ட கிராமவாசிகளுக்கு ஆதரவுக் குரல் கொடுத்துப் போராடி வரும் மேதா பட்கர், இந்தியாவின் சமகால சமூகப் போராளிகளில் முக்கியமானவர். நதி நீர்ப் பிரச்னை குறித்த இவரது போராட்டங் களும் இயக்கச் செயல்பாடுகளும் உலகுக்கே வழிகாட்டுவதாக உள்ளன.

எரின் குருவெல்: புத்தகங்கள் வாசிப்பதன் மூலம் மக்களிடையே உள்ள துவேஷத்தையும் பகைமையையும் விலக்கிவிட முடியும் என்று நிரூபித்துள்ள பள்ளி ஆசிரியை. கலிபோர்னியாவில் உள்ள தனது பள்ளியை ஒட்டிய பகுதியில், கறுப்பின மக்கள் நிறத் துவேஷம் காட்டப்படுகிறார்கள் என்பதை அறிந்து, அந்தப் பகுதி மக்களிடையே கவிதைகளையும் சிறு பிரசுரங்களையும் படித்துக்காட்டி ஒரு வாசிப்பு இயக்கம் நடத்தி,

அதன் வழியே நிற வேற்றுமையைக் கடந்து, மனித அன்பை ஒன்றிணைத்துக் காட்டியவர். இன்று அவரது இயக்கம், உலகம் முழுவதும் புத்தக வாசிப்பின் வழியே மனிதர்களுக்குள் ஒற்றுமையையும் அன்பையும் ஏற்படுத்த முயன்று வருகிறது.

'தனிமனிதர்களால் என்ன செய்துவிட முடியும்?' என்ற கேள்விக்கான உதாரணங்கள் தான் இந்தப் பத்து பேர். இவர்களைப் போல் பல்லாயிரம் பேர் மனித வாழ்வை மேம்படுத்துவதற்காகப் போராடி வருகிறார்கள். இவர்கள் யாவருக்கும் உள்ள ஒரே ஒற்றுமை, உலகின் மீதான அக்கறையும் சகமனிதர்களின் மீதான அன்புமே!

பௌத்த கதை ஒன்றிருக்கிறது. புத்தரைச் சந்தித்து அறநெறிகள் கற்றுக்கொள்வதற்காக அவரது மகன் ராகுலன் வந்திருந்தான். அவன் புத்தர் இருந்த அறைக்குள் வந்தபோது, புத்தர் அங்கு ஒரு அகன்ற பாத்திரத்தில் வைக்கப்பட்டு இருந்த தண்ணீரில் அவனது கைகால்களை அமிழ்த்திச் சுத்தம் செய்து கொள்ளச் சொன்னார். ராகுலன் அப்படியே செய்தான். பிறகு, புத்தர் பாத்திரத்தில் உள்ள அந்தத் தண்ணீரைக் குடிக்கும்படி அவனிடம் சொன்னார்.

"அசுத்தமான தண்ணீரை எப்படிக் குடிப்பது?" என்று கேட்டான் ராகுலன். "தண்ணீர் சுத்தமாகத்தான் இருந்தது. அதை அசுத்தப்படுத்தியது நீதானே? பிறகு, நீயே அதைக் குடிக்க மறுக்கிறாயே?" என்று கேட்டார் புத்தர். இருந்தாலும், அசுத்தமானதை எப்படிக் குடிப்பது என்று ராகுலன் மறுக்கவே, "இப்படித்தான் உலகை நமது மனம், மெய், மொழி, செயல்களின் வழியாக ஒவ்வொரு நாளும் களங்கப்படுத்துகிறோம். பிறகு, நாமே உலகம் கெட்டுவிட்டது என்றும் கூச்சலிடுகிறோம். நம்மால் ஏற்படுத்தப்பட்ட சீர்கேட்டை நாம்தானே மறுசீரமைக்க வேண்டும்?" என்றார் புத்தர்.

இன்றைக்கு நமக்கு மிகத் தேவையாக இருப்பது, புத்தர் சொன்ன இந்த அறிவுரைதான்!

தேசாந்திரி பதிப்பகம்

உபபாண்டவம்	ரூ.375
நெடுங்குருதி	500
யாமம்	400
துயில்	525
சஞ்சாரம்	340
இடக்கை	375
பதின்	235
நிமித்தம்	450
கடவுளின் நாக்கு	350
உலக இலக்கியப் பேருரைகள்	325
எழுத்தே வாழ்க்கை	175
சிவப்பு மச்சம்	250
பதினெட்டாம் நூற்றாண்டின் மழை	230
தாவரங்களின் உரையாடல்	150
வெயிலைக் கொண்டு வாருங்கள்	140
விழித்திருப்பவனின் இரவு	225
காற்றில் யாரோ நடக்கிறார்கள்	325
கோடுகள் இல்லாத வரைபடம்	75
மலைகள் சப்தமிடுவதில்லை	250
வாசகபர்வம்	210
காண் என்றது இயற்கை	115
செகாவின் மீது பனி பெய்கிறது	150
கூழாங்கற்கள் பாடுகின்றன	75
எனதருமை டால்ஸ்டாய்	100
ரயிலேறிய கிராமம்	150
உலகை வாசிப்போம்	200

நாவலெனும் சிம்பொனி	140
இலக்கற்ற பயணி	175
செகாவ் வாழ்கிறார்	150
தனிமையின் வீட்டிற்கு நூறு ஜன்னல்கள்	150
காட்சிகளுக்கு அப்பால்	75
கால் முளைத்த கதைகள்	100
எலியின் பாஸ்வேர்டு	35
சிரிக்கும் வகுப்பறை	110
விலங்குகள் பொய் சொல்வதில்லை	225
நிலம் கேட்டது கடல் சொன்னது	125
பறந்து திரியும் ஆடு	100
சாக்ரடீஸின் சிவப்பு நூலகம்	70
நகுலன் வீட்டில் யாருமில்லை	150
என்ன சொல்கிறாய் சுடரே	250
நம் காலத்து நாவல்கள்	350
கலிலியோ மண்டியிடவில்லை	125
ஆயிரம் வண்ணங்கள்	140
அயல் சினிமா	150
நான்காவது சினிமா	140
ஏழு தலைநகரம்	200
நூறு சிறந்த சிறுகதைகள்	1000
எஸ்.ராமகிருஷ்ணன் நேர்காணல்கள்	250
காஃப்கா எழுதாத கடிதம்	250
ரயில் நிலையங்களின் தோழமை	125
கதைகள் செல்லும் பாதை	150
தேசாந்திரி	275
கேள்விக்குறி	100
கதாவிலாசம்	
துணையெழுத்து	
எனது இந்தியா	
மறைக்கப்பட்ட இந்தியா	
உறுபசி	

எஸ்.ராமகிருஷ்ணன் கதைகள்
நடந்துசெல்லும் நீருற்று
அப்போதும் கடல் பார்த்துக்கொண்டிருந்தது
புத்தனாவது சுலபம்
வெளியில் ஒருவன்
காட்டின் உருவம்
பால்ய நதி
மழைமான்
குதிரைகள் பேச மறுக்கின்றன
காந்தியோடு பேசுவேன்
நீரிலும் நடக்கலாம்
இலைகளை வியக்கும் மரம்
என்றார் போர்ஹே
ஆதலினால்
வாக்கியங்களின் சாலை
சித்திரங்களின் விசித்திரங்கள்
சிறிது வெளிச்சம்
குறத்திமுடுக்கின் கனவுகள்
சாப்ளினுடன் பேசுங்கள்
பிகாசோவின் கோடுகள்
பதேர் பாஞ்சாலி நிதர்சனத்தின் பதிவுகள்
உலக சினிமா
பேசத்தெரிந்த நிழல்கள்
இருள் இனிது ஒளி இனிது
பறவைக் கோணம்
சாமுராய்கள் காத்திருக்கிறார்கள்
கிறுகிறு வானம்
சைக்கிள் கமலத்தின் தங்கை
குற்றத்தின் கண்கள்
சிறிது வெளிச்சம்
இந்தியவானம்
வீடில்லா புத்தகங்கள்